மோடியின் இந்தியா

ஒரு பொருளாதாரப் பார்வை

ஆர்.வெங்கடேஷ்

'கணையாழி' இதழ் மூலம் தமிழ் இலக்கியத்துக்குள் அறிமுகமான ஆர்.வெங்கடேஷ் நான்கு சிறுகதைத் தொகுதிகள், இரண்டு நாவல்கள், இரண்டு கவிதைத் தொகுதிகள் உள்பட மொத்தம் 25 நூல்களை வெளியிட்டுள்ளார். தொழில்நுட்பமும், பொருளா தாரமும் இவரது கூடுதல் ஆர்வங்கள். இந்திய பொருளாதார மாற்றங்கள், பங்குச் சந்தைகள் குறித்து தன் கருத்துகளை அவ்வப்போது எழுதிவருகிறார்.

முன்னணி பதிப்பகங்களிலும் இதழ்களிலும் முக்கிய பொறுப்பு களில் கடந்த 25 ஆண்டுகளுக்கு மேலாக பணியாற்றியுள்ள இவர் தற்போது தினமலர் மாணவர் பதிப்பான 'பட்டம்' இதழின் பொறுப்பாசிரியராகச் செயல்படுகிறார்.

மனைவி சுபாஷிணி, மகள்கள் நிவேதனா, நிதர்சனாவுடன் சென்னையில் வசிக்கிறார்.

மோடியின் இந்தியா

ஒரு பொருளாதாரப் பார்வை

ஆர். வெங்கடேஷ்

மோடியின் இந்தியா : ஒரு பொருளாதாரப் பார்வை

Modiyin India : *Oru Porulathara Parvai*

R.Venkatesh ©

First Edition: December 2017

120 Pages

Printed in India.

ISBN 978-81-8493-834-0

Kizhakku - 1062

Kizhakku Pathippagam

177/103, First Floor,

Ambal's Building, Lloyds Road,

Royapettah, Chennai 600 014.

Ph: +91-44-4200-9603

Email : support@nhm.in
Website : www.nhm.in

Author's Email: rvrv30@gmail.com

'கல்கி' கி.ராஜேந்திரனுக்கு...

உள்ளே

<h1 style="text-align:center">உள்ளது உள்ளபடி!</h1>

'**க**ணையாழி' பத்திரிகையில் இருந்தபோது, அதன் நிறுவனர், கி.கஸ்தூரிரங்கனோடு பல விஷயங்களைப் பேசும் வாய்ப்பு பெற்றேன். அவர் அப்போது 'தினமணி' நாளிதழின் நிர்வாக ஆசிரியராக இருந்தார். அவரது வாசிப்பு பரந்துபட்டது, விரிவானது, ஆழமானது.

ஒருமுறை, அவருக்கு உள்ள பல்துறை ஆர்வங்களைப் பற்றிக் கேள்வி எழுப்பினேன். முக்கியமாக, ரசனை சார்ந்த ஆழ்ந்த இலக்கிய ஆர்வம் உள்ள ஒருவரால் பொருளாதாரம், நிதித் துறை, வர்த்தகம் ஆகிய வழக்கமான (Mundane) துறைகள்மீது எவ்வாறு ஈடுபாடு கொள்ள முடியும் என்ற சிறுபிள்ளைத்தனமான வியப்பையே கேள்வியாக அவரிடம் கேட்டேன்.

'வயது ஆக ஆக, இந்தத் துறைகளின் முக்கியத்துவம் உனக்குப் புரியத் தொடங்கும். பத்திரிகையாளனாகவும் இவற்றையெல்லாம் நீ தெரிந்துகொள்வதும் அவசியம்' என்ற ரீதியில் அவரது இணக்கமான பதில் இருந்தது.

இன்று யோசித்துப் பார்க்கும்போது, அந்த வரிகளில் தொக்கிநின்ற உண்மை தெளிவாகப் புரிகிறது. நான் முறையான நிதித் துறை கல்வி பெற்றவனல்ல. வகுப்பறை கல்வி இல்லையே தவிர, சுயமான வாசிப்பு ஏராளம். என் இலக்கிய, தத்துவ வாசிப்புகள் படிப்படியாக விரிவு பெற்று, தற்கால நடப்புகள், தொழில்நுட்பம், அரசியல், நிதி, வர்த்தகம், தொழில், பொருளாதாரம், கொள்கைகள், எதிர்காலவியல் என்று பல்கிப் பெருகின.

இதுபோன்ற புதிய துறைகளில் உள்ள மயக்கமே, என்னை இவற்றின் பால் ஈர்த்தது. மிகவேகமாக மாறிக்கொண்டே வரும

துறைகள் இவை. புதிய புதிய புரிதல்கள், விளக்கங்கள், மாற்றங்களே இவற்றைச் சுவாரசியப்படுத்துகின்றன. இதன் தொடர்ச்சியாகவே, 'மியூச்சுவல் ஃபண்ட் - ஒரு அறிமுகம்' என்ற நூலை கிழக்குப் பதிப்பகத்துக்கு எழுதி வழங்கினேன்.

பின்னர், 2009-10 காலகட்டத்தில் 'ஜூனியர் விகடன்' இதழில், தொடர்ச்சியாக பதினாறு கட்டுரைகள், அன்றைய காலகட்ட பொருளாதார, நிதித் துறை, வர்த்தகத் துறைகள் பற்றி எழுதிவந்தேன். 'கல்கி' வார இதழில் பொறுப்பாசிரியராக பணியாற்றியபோது, ஏராளமான பொருளாதார, தொழில்துறை, நிதித் துறை கட்டுரைகளை எழுதும் வாய்ப்பையும் பெற்றேன். பிறரை எழுதச் சொல்லி, வாங்கி வெளியிடும் மகிழ்ச்சியையும் அடைந்தேன்.

இந்த மயக்கம் இன்றும் தொடர்கிறது. மயக்கத்தோடு காலவோட்டத்தில், வேறு ஒரு குறிப்பிடத்தகுந்த விஷயத்தையும் கற்றுக்கொண்டேன். அதுதான் நோக்குநிலை.

பொருளாதாரத்தை யாருடைய கண் கொண்டு அல்லது எதன் சார்பாக பார்க்கவேண்டும், புரிந்துகொள்ள வேண்டும் என்ற தெளிவு பிடிபட்டது. உலக அளவிலுள்ள பல்வேறு பொருளாதாரக் கருத்தாக்கங்களை வாசித்ததன் மூலமும் நடைமுறைகளைப் புரிந்துகொண்டதன் மூலமும் கூடுதல் வெளிச்சம் கிடைத்தது.

இதன் அடுத்த கட்டம்தான் இன்னும் முக்கியமானது. யார் சார்பாக, எவர் கோணத்தில் இருந்து என்பதைவிட, எது அற ரீதியாக, சரியான அணுகுமுறையாக இருக்கமுடியும் என்பதில் கவனம் செலுத்தினேன்.

தொலைநோக்குப் பார்வையோடு பார்க்கும்போது, நீண்டகால அளவில் எத்தகைய அணுகுமுறை இந்தியர்களுக்கும், இந்தியாவுக்கும் பயனளிப்பதாக அமையும் என்று சீர்தூக்கிப் பார்க்கும் நடுநிலைப் பார்வையை வளர்த்துக்கொண்டேன்.

இதற்கு எனக்குப் பெரிதும் உதவியது 'கல்கி' குழுமத்தின் தலைவர் கல்கி கி. ராஜேந்திரனின் ஆலோசனைகள். அவை, மூதறிஞர் ராஜாஜியின் அணுகுமுறையை அடியொற்றியவை. ராஜாஜியை நான் நுணுகிப் படிக்க ஆரம்பித்த பின்னர், இன்னும் கூடுதலான பிடிமானம் கிடைத்தது. இந்தப் பிடிமானமே என் எழுத்தை, கருத்துகளை நங்கூரமிட்டு நிறுத்துகிறது.

'தினமலர்' நாளிதழின் 'தொழில்' பகுதியில் எழுதப்பட்ட கட்டுரைகளே இங்கே தொகுக்கப்பட்டுள்ளன. ஒவ்வொரு

கட்டுரையும் ஒவ்வொரு பிரச்னையை அலசுகிறது. அல்லது வளர்ந்து வரும் முன்னேற்றங்களைத் தொட்டுக்காட்டுகிறது.

ஒவ்வொரு கட்டுரையை எழுதத் தொடங்கும்போது, அது தொடர்பான அத்தனை தகவல்களையும் படித்து, புரிந்துகொண்டு, எனக்கான நிலைப்பாட்டை இறுதிசெய்துகொண்டே எழுதத் தொடங்குவேன். புள்ளிவிவரங்கள் புனிதமானவை. அதிலிருந்து நான் பெற்று எழுதும் புரிதல்கள் என்னுடையவை. என் வாசிப்பு, நோக்குநிலையைச் சார்ந்தவை.

பொருளாதாரம், வர்த்தகம் ஆகியவை கரைபுரண்டோடும் நதிகளைப் போன்றவை. அதில் ஒரு கை முகர்ந்து வழங்கும் வேலையைத்தான் எந்த ஒரு பத்தியாளரும் கட்டுரையாளரும் செய்யமுடியும். அப்படிச் செய்யும்போதும் வரலாற்றின் தொடர்ச்சியை மறக்காமல், அதேசமயம் எதிர்கால நலனையும் மனத்தில் இருத்தி, அந்தச் சந்தர்ப்பத்தில் ஏற்படும் பிரச்னையின் மையத்தையும் தொட்டு எழுதவேண்டும். அதற்குத் தெளிவு வழங்கவேண்டும். தீர்வு சொல்லவேண்டும். புதுமைகள் இருந்தால் அதை அறிமுகப்படுத்தவும் தயங்கக்கூடாது.

இவையெல்லாம் படிக்கும் வாசகர்களுக்கு எளிமையாகப் புரிய வேண்டும். ஆக்கபூர்வமான சொற்களில், நம்பிக்கை தொனிக்கும் மொழியில் இவற்றையெல்லாம் தரவேண்டும். வாசகர்களை பயமுறுத்துவது நோக்கமல்ல; அரசாங்கத்தையோ, அமைப்பு களையோ மலினப்படுத்துவது உசிதமல்ல. உள்ளது உள்ளபடி சொல்லி, நம்பிக்கைக் கீற்றை புலப்படுத்துவதே உகந்தது.

இக்கட்டுரைகள் எழுதப்படவும், வெளிவரவும் காரணம், நண்பர் வெங்கட். அவரது ஆலோசனைகளும் வழிகாட்டுதல்களுமே முக்கியமானவை. 'தினமலர்' நாளிதழுக்கும் வெங்கட் அவர்களுக்கும் நன்றி. இத்தொகுதியை வெளியிடும் கிழக்கு பதிப்பகத்துக்கு எனது அன்பு.

வழக்கம்போல், இக்கட்டுரைகளை வாசித்து, உங்கள் கருத்துகளைப் பகிர்ந்துகொள்ளுங்கள்.

நேசமுடன்

ஆர்.வெங்கடேஷ்
நவம்பர் 2017

1

கச்சா எண்ணெய் விலைச் சரிவு தொடருமா?

இந்தக் கட்டுரையை நீங்கள் படிக்கும்போது, பெட்ரோல், டீசல் விலை ஒரு ரூபாயாவது குறைந்திருக்க வாய்ப்புண்டு. சர்வதேச அளவில் கச்சா எண்ணெயின் விலை சரிந்து வருவதால், அதன் பலனை நீங்கள் அனுபவிக்கவேண்டாமா? இதுநாள் வரை, இந்தியா வாங்கும் கச்சா எண்ணெயின் விலை பீப்பாய்க்கு 54.59 டாலராக இருந்தது. மே 11, 2017 நிலவரப்படி 49.71 டாலராக குறைந்துள்ளது. மே 10ஆம் தேதி, அது 48.18 டாலராக இருந்தது என்பது கவனத்துக்குரியது.

ஏற்கெனவே சோதனை முறையில், ஐந்து நகரங்களில், மே 1ஆம் தேதி முதல், ஒரு முயற்சி மேற்கொள்ளப்பட்டு வருவது உங்களுக்குத் தெரிந்திருக்கலாம். சண்டிகர், ஜம்ஷட்பூர், புதுச்சேரி, உதய்பூர், விசாகப்பட்டினம் ஆகிய நகரங்களில் ஒவ்வொரு நாளுமே பெட்ரோல், டீசல் விலைகள் மாறுபடும். சர்வதேச சந்தையில் கச்சா எண்ணெய்யின் விலை மாற்றத்தைக் கணக்கில் கொண்டு, விலை மாறுதல் செய்யப்பட்டு வருகிறது. மே 1ஆம் தேதி புதுச்சேரியில் ரூ. 66.02 ஆக இருந்த பெட்ரோல், மே 12ஆம் தேதி ரூ. 64.17 ஆக குறைந்துள்ளது. சர்வதேச சந்தையில் ஏற்படுள்ள விலைச் சரிவின் பலனை உடனடியாக நுகர்வோருக்கு வழங்கும் திட்டம் இது.

இதற்கான வரவேற்பும் விமரிசனங்களும் பெருகிவரும் நிலையில், கச்சா எண்ணெய் விலை தொடர்ந்து சரிந்து வருவது இந்தியாவைப்

பொறுத்தவரை நல்ல செய்தி. சரிவு மேலும் தொடரக்கூடும் என்று ஆரூடம் சொல்பவர்கள் வைக்கும் வாதங்கள் நாக்கைச் சப்புக் கொட்ட வைத்தாலும், அப்படித் தொடருமா என்ற சந்தேகமும் எழுகிறது. எல்லாவற்றுக்கு மே 25 அன்று நடைபெறவிருக்கும் எண்ணெய் உற்பத்தி நாடுகளின் கூட்டம் ஒரு திருப்புமுனையை ஏற்படுத்தவிருக்கிறது. சொல்லப்போனால், பல நாடுகள், இந்தச் சந்திப்பைக் கூர்ந்து கவனித்து வருகின்றன. எண்ணெய் உற்பத்தி நாடுகள் என்ன முடிவு எடுக்கப் போகின்றன?

ஏற்கெனவே என்ன முடிவை அவர்கள் எடுத்தார்கள்? அமெரிக்காவில் கச்சா எண்ணெய் உற்பத்தி பன்மடங்கு பெருகி வருகிறது. 2016 மத்தியில் ஒரு நாளைக்கு 93 லட்சம் பீப்பாய்கள் உற்பத்தி. இது கச்சா எண்ணெய் உற்பத்தியில் முன்னணியில் இருக்கும் சௌதி அரேபியா, ரஷ்யாவுக்கு இணையான உற்பத்தி. மேலும், 2018ல் இந்த உற்பத்தி 99.6 லட்சம் பீப்பாய்களாக உயரும் என்று தெரிவித்துள்ளது அமெரிக்கா.

மேலும், எண்ணெய் உற்பத்தி நாடுகளின் கூட்டணியில் இல்லாத இதர நாடுகளில் இருந்தும் கூடுதல் உற்பத்தி பெருக, சர்வதேச சந்தையில், கச்சா எண்ணெய் விலை படிப்படியாக வீழ்ச்சி யடைந்தது. இதனைச் சமாளிக்க, சென்ற நவம்பர் மாதம், எண்ணெய் உற்பத்தி செய்யும் நாடுகள் ஒரு முடிவை எடுத்தன. கச்சா எண்ணெய் உற்பத்தியைக் குறைத்து / கட்டுப்படுத்தி, அதன்மூலம், விலையை நிலைநிறுத்த முடியுமா என்று பார்ப்பதே இவர்களுடைய முயற்சி. முதலில் இதற்கான பலன் தெரிந்தது உண்மை. ஆனால், ஏப்ரல், மே மாதங்களில் விலை வீழ்ச்சி தொடர்ந்தது. அதாவது, அவர்களுடைய உத்தி பயனளிக்கவில்லை.

உண்மையில், இதன் பின்னணியில் உள்ள சர்வதேச அரசியல்தான் கவனிக்கத்தக்கது. சௌதி அரேபியாவின் அபரிமித வளத்துக்குக் காரணம் எண்ணெய். அதனைக் கட்டுப்படுத்தும் விதமாகவே அமெரிக்கா தன்னுடைய கச்சா எண்ணெய் உற்பத்தியைப் பெருக்கி வருகிறது. இதன்மூலம், எண்ணெய்க்காக சௌதியின் தயவை எதிர்பார்க்கவேண்டிய அவசியமில்லாமல் போய்விட்டது. கூடவே, ரஷ்யாவும் தன் உற்பத்தியைப் பெருக்கிக்கொண்டே வர, படிப்படியாக எண்ணெய் உற்பத்தி நாடுகளின் கொட்டம் அடங்கிவருகிறது.

ஆனால், இது இப்படியே தொடரும் என்று சொல்வதற்கில்லை. மே 25 அன்று நடைபெறவிருக்கும் எண்ணெய் உற்பத்தி நாடுகளின்

கூட்டமைப்பு முக்கிய முடிவெடுக்கும் என்று எதிர்பார்ப்பு நிலவுகிறது. ஒன்று, இப்போதிருக்கும் உற்பத்திக் குறைப்பை அப்படியே தொடரலாம். இதன்மூலம், கச்சா எண்ணெய் விலை இன்னும் கொஞ்சம் உயரவோ அல்லது இப்போதிருக்கும் விலை அப்படியே தொடரவோ முயற்சி நடக்கலாம். அல்லது, மீண்டும் பழைய மாதிரியே முழுத் திறனோடு உற்பத்தியை மேற்கொள்ளலாம். இதன்மூலம், முதலில் தாங்கள் தவறவிட்ட சந்தைகளை மீண்டும் கைப்பற்றலாம். ஏனெனில், இந்த இடைப்பட்ட காலத்தில் ரஷ்யா பல நாடுகளில் எண்ணெய் விற்பனையை விரிவாக்கிவிட்டது, சௌதிக்குப் பெரிய தலைவலியாக மாறியுள்ளது. மற்றொருபுறம், விலை மேன்மேலும் வீழ்ச்சி அடைந்தாலும், அதனால், தாங்கள் பாதிப்படைவதைவிட, அமெரிக்கா பாதிப்படையும் என்பது அவர்களது கணக்கு. தனக்கு ஒரு கண் போனாலும் பரவாயில்லை, அடுத்தவனுக்கு இரண்டு கண்ணும் போகவேண்டும் என்பதுதான் இதன்பின்னே உள்ள குயுக்தி.

முப்பது டாலருக்கே கச்சா எண்ணெயின் விலை வீழ்ச்சி அடைந்தாலும், அப்போதும் எண்ணெய் உற்பத்தி நாடுகள் லாபம் பார்க்கவே செய்யும். என்ன ஒன்று, லாபம் சற்று குறைவாக இருக்கும்.

இந்தியாவைப் பொறுத்தவரை, விலைச் சரிவுகள் பெருமளவுக்கு பயன்பட்டாலும், நம்முடைய எண்ணெய் தேவை பன்மடங்கு பெருகிக்கொண்டு போவதுதான் முக்கியமான பிரச்னை. ஏப்ரல் மாதத்தில் நம்முடைய எரிபொருள் பயன்பாடு 3.3 சதவீதம் அதிகரித்தது. 16.79 மில்லியன் டன் கச்சா எண்ணெய் தேவைப் பட்டது. 2017ல் சீனாவை விட இந்தியாவின் எண்ணெய் தேவை அதிகமாகும் என்கின்றனர் ஆய்வாளர்கள். சீனா எண்ணெய் தேவை 3 சதவீதம் உயர, இந்தியாவின் எண்ணெய் தேவையோ 7 சதவீதம் வரை உயரும் என்று கணிக்கப்படுகிறது.

இதனால், சர்வதேச அளவில் எவ்வளவு தூரம் கச்சா எண்ணெயின் விலை குறைந்தாலும் நமக்கு அது போதுமானதாக இருக்கப் போவதில்லை. இதனோடு, டாலருக்கு இணையான இந்திய ரூபாய் மதிப்பு சரிவையும் சேர்த்துப் பார்க்கவேண்டும். கச்சா எண்ணெயின் விலை சரிந்தாலும், அதனை வாங்குவதற்கு நாம் செலவிடும் ரூபாயின் அளவு அதிகமாகவே இருக்க வாய்ப்புண்டு.

இந்நிலையில்தான், பிரதமர் மோடியின் கருத்து முக்கியத்துவம் பெறுகிறது. 2022க்குள் நமது கச்சா எண்ணெய் இறங்குமதியின்

தேவையை 10 சதவீதம் குறைத்துக்கொள்ள வேண்டும் என்றார் பிரதமர். உள்நாட்டு கச்சா எண்ணெய் உற்பத்தி, இயற்கை எரிவாயு உற்பத்தி, இதர எரிசக்திகளின் உற்பத்தியை அதிகரித்து, இறக்குமதிகளைக் குறைக்கவேண்டும் என்பதே பிரதமரின் திட்டம். இது சாத்தியமில்லை என்று தெரிவிக்கின்றன பல பன்னாட்டு ஆய்வுகள். ஆனால், குறைக்கவில்லை எனில், சர்வதேச விலை ஏற்றத்தாழ்வுகளில் சிக்கிக்கொண்டு, நாம் திண்டாடப் போவது உறுதி.

எரிசக்தித் துறையில் மற்ற நாடுகளைச் சார்ந்திராமல், சுயசார்பை உயர்த்திக்கொள்வது ஒன்றே, நீண்டகால அளவில் இந்தியாவுக்குப் பயனளிக்கும்.

(15.05.2017)

2

வேலைவாய்ப்புகளுக்கு மூன்று முயற்சி!

நரேந்திர மோடி தலைமையிலான அரசு, மூன்றாம் ஆண்டைத் தொடங்கவிருக்கிறது. அவரது அரசுமீது வைக்கப்படும் விமரிசனங்களில் முக்கியமானது, போதிய வேலைவாய்ப்புகள் உருவாக்கப்படவில்லை என்பதுதான். சமீபத்தில் அவர் மேற்கொண்டிருக்கும் மூன்று விஷயங்கள் தொழில்துறைக்கு மட்டுமல்ல, பொதுமக்களுக்கும் முக்கியமானவையே.

அதற்கு முன்னர் சமீபத்தில் வெளியாகியிருக்கும் ஒருசில தகவல்கள் நம் வயிற்றில் புளியைக் கரைப்பது உறுதி. அதில், தொழில்நுட்பத் துறையின் பெரிய நிறுவனங்கள் சுமார் 56,000 பேரை வீட்டுக்கு அனுப்பப் போகின்றன என்று வெளியான செய்தி முக்கியமானது. அதனைத் தொடர்ந்து ஹெட் ஹன்டர்ஸ் என்ற மனிதவள நிறுவனம் இன்னொரு குண்டைத் தூக்கிப் போட்டது.

இந்திய ஐ.டி. துறையில் அடுத்த மூன்று ஆண்டுகளில், ஒவ்வொரு ஆண்டும் சுமார் இரண்டு லட்சம் வேலைகள் காலியாகப் போகின்றன. இதற்கு அமெரிக்காவின் பாதுகாப்புவாதம் மட்டும் காரணம் அல்ல. மாறிவரும் தொழில்நுட்பங்களும், ஆடோமேஷனும் முக்கிய காரணங்கள் என்றது ஹெட் ஹன்டர்ஸ்.

இதனோடு, பிரதமரின் தலைமைப் பொருளாதார ஆலோசகரான அரவிந்த் சுப்பிரமணியம் தெரிவித்த கருத்தையும் இணைத்துப் பார்க்கவேண்டும். சுமார் 8 முதல் 10 சதவிகித மொத்த உள்நாட்டு

உற்பத்தி வளர்ச்சி இருந்தால்தான் வேலைவாய்ப்புகள் வேகமாகப் பெருகும். அதற்கு உள்கட்டுமானத் துறையில் முதலீடு, தனியார் துறையினரின் பங்களிப்பு பெருகுதல், வங்கித் துறையின் பிரச்னைகள் தீர்க்கப்படுதல் ஆகியவை முக்கியம் என்றும் தெரிவித்துள்ளார் அரவிந்த் சுப்பிரமணியம்.

இந்தப் பின்னணியில் பிரதமர் எடுத்துவரும் நடவடிக்கைகளைப் புரிந்துகொள்வது அவசியம். முதலில், இந்தியாவில் ஒவ்வொரு மாதமும் எவ்வளவு வேலைகள் உற்பத்தி ஆகின்றன? எத்தனை வேலைகள் பறிபோகின்றன? என்பதைப் பற்றிய துல்லியமான கணக்கீடே இல்லை. இரண்டு தரவுகள்தான் இப்போதைக்குக் கிடைத்துவருகின்றன. ஒன்று, நேஷனல் சாம்பிள் சர்வே அலுவலகம் வெளியிடும் விவரம். கடைசியாக 2011-12 ஆண்டின் நிலவரங்களைப் பற்றியே இதன் அறிக்கை வெளியானது. இரண்டாவது, தொழிலாளர் துறையின் காலாண்டு அறிக்கை. இது எட்டு முக்கிய துறைகளில் ஏற்படும் வேலை மாற்றங்களை மட்டுமே கணக்கிட்டுச் சொல்கிறது. ஆனால், முறைசாரா தொழிலாளர்களைப் பற்றிய விவரங்கள் இந்த அறிக்கையில் தெரிவதில்லை. இந்தியாவில் சுமார் 90 சதவிகித ஊழியர்கள் முறைசாரா தொழில்களிலேயே ஈடுபட்டிருக்கும் நிலையில், அவர்களைப் பற்றியும் விவரங்கள் தெரியவேண்டும் அல்லவா?

இந்தச் சூழ்நிலையில்தான், நிதி ஆயோக் துணைத் தலைவர் அரவிந்த் பனகரியா தலைமையில், முறையான வேலைவாய்ப்புத் தகவல்களை நம்பகமான முறையில் திரட்டி நேரத்தோடு வெளியிடுவதற்கான வழிமுறைகளை வழங்க குழு அமைக்கப் பட்டுள்ளது. அமெரிக்காவில் ஒவ்வொரு மாதமும் வெளிவரும் வேலைவாய்ப்புக்கான ஆய்வு அறிக்கை, அந்த நாட்டு பங்குச் சந்தைகளையே கலகலக்க வைக்கும். கூடவே எத்தனை பேர், அந்த வாரம் அரசின் சமூகப் பாதுகாப்பு சலுகையைப் பெற மனுச் செய்தார்கள் என்ற விவரமும் வெளியாகும். இதன்மூலமும், அந்நாட்டில் ஏற்பட்டுள்ள வேலை இழப்பு அல்லது வேலை உருவாக்கத்தைப் புரிந்துகொள்ள முடியும். பிரதமர் எடுத்திருக்கும் முயற்சி இந்தத் திசையில் எடுக்கப்பட்டிருக்கும் முக்கிய முயற்சி.

இன்னொரு முக்கிய முயற்சி, ஸ்டார்ட் அப் நிறுவனங்கள் தொடர்பானது. இளைஞர்கள் ஆக்கப்பூர்வமான சிந்தனையோடு பல புதிய தொழில்களைத் தொடங்கிவருகிறார்கள். அவர்களை ஊக்குவிக்கும் விதமாக, மத்திய அரசு பல சலுகைகளை வழங்க நிதி ஆதாரங்களை ஒதுக்கியுள்ளது. குறிப்பாக, முதல்

மூன்றாண்டுகளுக்கு வரிச் சலுகை வழங்கப்படுகிறது. புதிய தொழில்நுட்பங்களையோ, சேவைகளையோ கண்டுபிடிப்பது மட்டுமே இதுவரை முக்கியமாக இருந்தது. இப்போது, அரசாங்கத்தின் சலுகைகளைப் பெற வேண்டுமானால், அந்த ஸ்டார்ட் அப் நிறுவனம் எத்தனை வேலைவாய்ப்புகளை உருவாக்கவிருக்கிறது என்பதைத் தெரிவிக்கவேண்டும். எண்ணிக்கையை எப்படிச் சொல்லமுடியும்? அதை நிறைவேற்ற முடியுமா என்றெல்லாம் கேள்வி கேட்கப்படுகிறது. மக்கள் பணத்திலிருந்து சலுகை கோருபவர்கள், அவர்களுக்குப் பயனுள்ள வேலைகளை உருவாக்கவேண்டியதும் அவசியமில்லையா?

மூன்றாவதாக, 'எந்த ஒரு திட்டத்தை பிரதமர் அலுவலகத்துக்கு எடுத்துக்கொண்டு போனாலும், இதனால் எத்தனை வேலைகள் உருவாகும்?' என்று பிரதமர் கேட்பதாக வர்த்தகத் துறை அமைச்சர் நிர்மலா சீதாராமன் சொல்லியிருப்பது கவனத்துக்குரியது. அரசாங்கம் செலவு செய்யும் ஒவ்வொரு திட்டத்திலும், புதிய வேலைகள் உருவாக்கப்படவேண்டும். அது எத்தனை வேலைகளை உருவாக்கும் என்ற தோராயமான எண்ணிக்கையையும் இணைத்தே விண்ணப்பங்கள் பிரதமர் அலுவலகத்துக்கு அனுப்பப் படவேண்டும் என்ற நடைமுறை உருவாக்கப்பட்டுள்ளது முக்கியமான முன்னேற்றம். மேலும், வேலைவாய்ப்புகளை உருவாக்கும் விதத்தில் உற்பத்திக் கொள்கையை மாற்றியமைக்கவும் பரிசீலனை நடந்துவருகிறது.

இந்தியாதான் மிக இளமையான நாடு. மொத்த மக்கள்தொகையில், *35 வயதுக்குட்பவட்டவர்கள் சுமார் 65 சதவீதம் பேர். இவர்களின் எதிர்காலம் பிரகாசமானால்தான் இந்தியா ஒளிரும்!*

(22.05.2017)

3

டிஜிட்டல் தங்கமா? டிஜிட்டல் கற்பனையா?

'டிஜிட்டல் தங்கம்' என்றும் 'எதிர்கால நாணயம்' என்றும் சொல்லப்படும் பிட்காயின் பற்றிப் பேசுவதற்கு இரண்டு காரணங்கள் சமீபத்தில் ஏற்பட்டுவிட்டன. ஒன்று, 'வான்னாக்ரை' என்ற பிணைத்தொகை கோரும் வைரஸ், சில நாட்களுக்கு முன்பு உலகெங்குமுள்ள பல கணினிகளைத் தாக்கியது. கணினிகளை விடுவிக்க, ஹேக்கர்கள் கோரியது பிட்காயின்களைத்தான். இரண்டாவது, இந்தியாவில் பிட்காயின் போன்ற டிஜிட்டல் கரன்சிகளைத் தடை செய்யலாமா? நெறிப்படுத்தலாமா? சுயகட்டுப்பாடுடன் இயங்க அனுமதிக்கலாமா என்று மத்திய அரசு பொதுமக்களிடம் கருத்து கேட்டுள்ளது.

இந்தியாவில் டிஜிட்டல் நாணயங்கள் சட்டப்பூர்வமானவை அல்ல; ஆனால், அது சட்டவிரோதமானவையும் அல்ல. யாரும் பயன்படுத்தக்கூடாது என்ற நேரடி கட்டுப்பாடு இல்லை. 'எச்சரிக்கையுடன் இருங்கள்' என்பது மட்டுமே ஆர்.பி.ஐ. அறிவுரை. இந்தக் குழப்பத்தையே வாய்ப்பாகப் பயன்படுத்திக்கொண்டு, மூன்று பிட்காயின் பரிவர்த்தனை இணையதளங்கள் தோன்றி விட்டன. சமீபத்தில், பிட்காயின் ஒன்றின் விலை 2400 டாலரைத் (சுமார் ரூ. 2 லட்சத்துக்கு மேல்) தொட்டவுடன், 'ஐயோ, நாம் பணம் சம்பாதிக்கும் வாய்ப்பை தவறவிட்டுவிட்டோமோ' என்று பரபரத்துக்கொண்டு, பல அப்பாவி பொதுமக்களும் பிட்காயினில் முதலீடு செய்வதா, வேண்டாமா என்று பரிதவிக்கிறார்கள்.

இவர்களுடைய ஆசையில் நெய்யை ஊற்றுவதுபோல், வேறு சில சம்பவங்களும் நடைபெற்றுள்ளன. ஏப்ரல் மாதம் முதல் பிட்காயினில் முதலீடு செய்ய ஜப்பான் அனுமதி வழங்கியுள்ளது. அமெரிக்காவில் பல வர்த்தக நிறுவனங்களும் இ-காமர்ஸ் வலைதளங்களும் பிட்காயின்களை ஏற்கின்றன. போதும் போதாததற்கு, பிட்காயினைச் சுற்றி ஏராளமான 'உடோபிய' கற்பனைகள். புகழ்பெற்ற தொழில்நுட்ப பெரிய தலைகளின் சாட்சியங்கள்.

இந்திய அரசாங்கம் கருத்து கேட்கத் தொடங்கியவுடன், விவாதம் சூடுபிடிக்கத் தொடங்கியுள்ளது. தடைசெய்யலாமா என்று மட்டும் கேட்காமல் நெறிப்படுத்தலாமா என்ற கேள்வி எழுவதேன்? இதற்குப் பின்னே இருக்கும் அர்த்தம் என்ன? இன்றுவரை உலகெங்கும் உருவாக்கப்பட்டுள்ள எந்த ஒரு கரன்சியையும் அதன் ஆரம்பம் முதல் முடிவு வரை நகரும் பயணத்தைக் கண்டுபிடிக்க முடியாது. பணமதிப்பு நீக்க நடவடிக்கை என்பதே, கருப்புப் பணம் உருவாவதைத் தடுக்க எடுக்கப்பட்டதுதானே. பணத்தாள் கள் எங்கோ போய் பதுங்கிக்கொள்கின்றன, மறைக்கப்படுகின்றன என்பதுதானே குற்றச்சாட்டு. இந்தத் தொல்லை டிஜிட்டல் கரன்சியில் சாத்தியமில்லை. ஒவ்வொரு பிட்காயினும் யாரிடம் இருக்கிறது என்பது வெளிப்படையாகத் தெரியும். அதன் ஒவ்வொரு கைமாறுதலும் எண்ணற்ற நபர்களால் பதிவுசெய்யப் படுகிறது. இங்கே மறைக்க வாய்ப்பே இல்லை.

ஒவ்வொரு நாட்டுக்கும் தவிர்க்கமுடியாத தலையெழுத்து பிட்காயின். ஒருசில முதலீட்டாளர்கள், அரசாங்கத்தின் எச்சரிக்கை களையும் மீறி முதலீடு செய்கின்றனர். அதில் ஏற்படும் விலை ஏற்ற இறக்கங்கள், சமூகத்துக்குள் ஏற்படுத்தும் பொருளாதார பாதிப்புகள் மிகப்பெரியவை. சிறு முதலீட்டாளர்கள் முதற்கொண்டு பலரும் பிட்காயின் ஜோதியில் கலக்க விரும்புகின்றனர். அவர்களுடைய தொகைக்கு எந்தவிதமான பாதுகாப்போ, வருவாய்க்கான உத்தரவாதமோ இல்லாத ஊகவணிகமாகவே டிஜிட்டல் கரன்சி உள்ளது. இந்நிலையில், இதனை தடை செய்வதைவிட, ஏதேனும் ஒருவகையில் நெறிப்படுத்த வேண்டிய தேவை அரசாங்கங்களுக்கு. அதனால்தான், ஜப்பான் பிட்காயினைச் 'சொத்து' (Asset) என்று வரையறை செய்தது, 'நாணய'மாகப் பயன்படுத்தச் சொல்லவில்லை. மேலும், இந்தச் சொத்துக்கு மூலதன ஆதாய வரியையும் விதித்துள்ளது.

எப்படி நெறிப்படுத்த முடியும்? பிட்காயினை நேராகப் பார்க்க முடியாது, தொட முடியாது, பயன்படுத்த முடியாது என்பதனால், அதற்கு நேரடியான கட்டுப்பாடுகளை விதிக்க வாய்ப்பில்லை. ஆனால், நிஜ ரூபாய் உலகத்துக்கும் டிஜிட்டல் நாணய உலகத்துக்கும் வாயிலாகச் செயல்படுபவை பிட்காயின் எக்ஸ்சேஞ்சுகள், வலைதளங்கள் ஆகியவை. இவற்றுக்கான கட்டுப்பாட்டு நெறிகளை மத்திய ரிசர்வ் வங்கி கொண்டுவரலாம். போதிய நிதி ஆதாரங்களை வைத்திருப்பது, முதலீட்டாளர்களின் வங்கிக் கணக்கு, ஆதார் எண், பான் எண் ஆகியவற்றைப் பெற்று கோப்பு களைப் பராமரிப்பது, சந்தேகத்துக்குரிய முதலீடுகளைத் தடுப்பது, கணினி நெட்வொர்க்குகளை ஹேக்கர்களின் தாக்குதல்களில் இருந்து பாதுகாப்பாக வைத்திருப்பது போன்ற செயல்களை வலியுறுத்தலாம். அதாவது, இப்போதிருக்கும் பங்குச் சந்தைகளைப் போல், பிட்காயின் சந்தையையும் கட்டுப்படுத்தலாம். ஆனால், இதில் உள்ள ஒரே சிக்கல், பிட்காயின் சந்தை என்பது ஒருமுகப் பட்டது அல்ல. பிட்காயின் என்பது ஒரு டிஜிட்டல் கரன்சி மட்டுமே. அதுபோல், எண்ணற்ற கரன்சிகள் புழக்கத்துக்கு வந்து விட்டன. ஒவ்வொருவரும் வெவ்வேறு எக்ஸ்சேஞ்சுகள் மூலம், பரிவர்த்தனைகளில் ஈடுபடுகிறார்கள்.

இந்தச் சூழ்நிலையில்தான், சுயக்கட்டுப்பாடு என்ற விஷயம் கவனம் பெறுகிறது. அதாவது, டிஜிட்டல் நாணயங்களில் பணம் போடுபவர்களும், வலைதளங்களும், எக்ஸ்சேஞ்சுகளும் தமக்குள்ளேயே சுயக்கட்டுப்பாட்டு நெறிகளை உருவாக்கிக் கொள்ள வாய்ப்பு வழங்கப்படவேண்டும் என்ற குரல் எழுந்துள்ளது. பிட்காயின் என்பதே வழக்கமான வங்கியியல் நடைமுறைகளுக்கும் அரசாங்கங்களின் நெறிமுறைகளுக்கும் சட்டத்திட்டங்களுக்கும் வெளியே உருவான சர்வதேச நாணயம். சொல்லப் போனால், பரஸ்பர அவநம்பிக்கையில் (Mutual Mistrust) இயங்கும் நாணயம் இது. இதில் எல்லாருமே சந்தேகத்துக்குரியவர்கள். நம்பிக்கை, நேர்மை, வெளிப்படைத் தன்மை ஆகியவற்றை இதில் சம்பந்தப்பட்ட தொழில்நுட்ப வல்லுநர்களே உருவாக்கிக்கொள்ள வேண்டியதுதான். தவறுகளும் குறைகளும் கண்டுபிடிக்கப்படுவதுபோல், தீர்வுகளும் கண்டு பிடிக்கப்படும். இதில் அரசாங்கம் நேரடியாகத் தலையிடாமல், ஒரு குறிப்பிட்ட நிலையை அடையும் வரை, காத்திருக்கவேண்டும் என்று கருதுகிறார்கள், டிஜிட்டல் நாணய ஆர்வலர்கள். அதற்குள்

ஏராளமான அப்பாவிகள் கஷ்டப்பட்டு சம்பாதித்த பணத்தை இழந்துவிட்டால் என்ன செய்வது என்ற அச்சம் எழாமலில்லை.

ரூபாய் தாள்களில் உள்ள தொகை என்பது வெறும் எண்தான். அந்த எண்ணுக்கு, மதிப்பும் உத்தரவாதமும் வலுவான அங்கீகாரமும் தருவது மத்திய ரிசர்வ் வங்கியும் இந்திய அரசாங்கமும்தான். இத்தகைய சட்ட ரீதியான அந்தஸ்துக்கு வெளியே இருப்பவை டிஜிட்டல் நாணயங்கள். மேலை நாடுகளைப் போலல்லாமல், பாதுகாப்பான முதலீடுகளை விரும்புவர்கள் இந்தியர்கள். அரசாங்கம் எத்தகைய நெறிமுறைகளை ஏற்படுத்தித் தந்தாலும் இந்தியாவில் டிஜிட்டல் நாணயங்களை ஏற்பவர்களின் எண்ணிக்கை சொற்பமாகவே இருக்கும்.

(29.05.2017)

4

விளம்பரங்கள் உணர்த்தும் உண்மைகள்!

கடந்த சில மாதங்களாக, என் கண்ணில் ஒருசில வகையான விளம்பரங்களே அதிகம் தென்படுகின்றன. குறிப்பாக, நகைகளை அடகுவைத்துவிட்டு, மீட்க முடியாமல் மூழ்கிப் போனவுடன், அதனை ஏலம்விடும் விளம்பரங்கள் ஒன்று. சிறு, குறு தொழில் செய்பவர்கள் வாங்கும் தொழிற்கடன்களுக்குத் தங்களுடைய வீடுகளையோ, நிலங்களையோ அடமானமாக வைக்கிறார்கள். பின்னர், வாங்கிய கடனைத் திருப்பிச் செலுத்த முடியாமல் போகும் போது, வட்டியோடு முதலை மீட்பதற்காக வங்கிகள் அடமானச் சொத்துகளை ஏலத்துக்கு கொண்டுவரும் விளம்பரங்கள் இரண்டு. மூன்று, ஆங்கில நாளிதழ்களில் புதன்கிழமை தோறும் வெளியாகும் வேலைவாய்ப்புகள் விளம்பரங்கள் கழுதை தேய்ந்து கட்டெரும்பான கதை.

சமீபத்தில் ஒரு நாளிதழில் இரண்டரைப் பக்க அளவுக்கு, அடகு நகைகளை ஏலம் விடும் விளம்பரத்தைப் பார்த்தபோது அதிர்ச்சி யாக இருந்தது. அதுவும் ஒரே நிதி நிறுவனத்திடமிருந்து. அசையாச் சொத்துக்களை ஏலத்துக்குக் கொண்டுவரும் விளம்பரங்களோ எக்கச்சக்கம். ஒவ்வொரு வங்கியும் பட்டியலை வெளியிட்டுக் கொண்டே இருக்கின்றன.

இவையெல்லாம் வெறும் விளம்பரங்கள் அல்ல. ஒவ்வொரு விளம்பரத்துக்குப் பின்னாலும் ஒவ்வொரு சோகக் கதை உண்டு. தோல்விச் சித்திரங்கள் உண்டு. எதிர்பார்ப்புகள் சிதைந்துபோன

வரலாறு உண்டு. இவை சொல்லும் செய்திகளாக நமக்குப் புரிவது இதுதான்:

இந்தியாவில் பெண்கள் வைத்திருக்கும் அரிய பொருள், தங்கம். அதுதான் அவர்களுடைய மனத்துக்கு மிக நெருக்கமான சேமிப்பும் கூட. அத்தகைய பொருள், அடகு நிறுவனங்களுக்குச் செல்வது என்பது வலிமிக்க முடிவாகத்தான் இருக்க முடியும். அதற்குப் பல காரணங்கள் இருக்கலாம். வேலைவாய்ப்பு இன்மை, நிரந்தப் பணி இன்மை, குடும்ப வருவாய் போதாமை, நோய்க்கான மருத்துவச் செலவுகள், பெருகிவரும் கல்விச் செலவுகள் ஆகியவற்றொடு வேறு பல சமூகக் காரணங்களும் இருக்கலாம். ஆனால், இவற்றுக் கெல்லாம் அடிப்படை ஒன்றுதான். போதிய நிதி ஆதாரம் மக்கள் கையில் இல்லை. விளைவு, நகைகளை அடகுவைத்தல். ஆனால், பின்னொரு காலத்தில் வருவாய் பெருகும்போது, நகைகளை மீட்டுவிட முடியும் என்ற நம்பிக்கை இவர்களுக்கு இருந்தது. ஆனால், அந்த நம்பிக்கை பின்னர் பொய்த்துப் போய்விட்டது என்பதுதான் இங்கே கவனிக்கத்தக்கது. விளைவு, மீட்க முடியாத அவலச் சூழல். ஏலம். விளம்பரம்.

ஒரு காலத்தில் வடமாநிலங்கத்தவர்களின் அடகுக் கடைகள், இத்தகைய நகைக் கடன்களை வழங்கிவந்தன. பின்னர் உள்ளூர் பண்டுகள். பொதுத் துறை வங்கிகள் பின்னர்தான் இதன் வாய்ப்பைப் புரிந்துகொண்டு நகைக்கடன் வழங்கத் தொடங்கின. இவர்கள் எல்லாரும் நகைக்கு ஈடாக குறைந்த தொகையே வழங்கினர். அங்கேயும் நகைகள் மூழ்கிப் போன கதை உண்டு. ஆனாலும், சமாளித்துக்கொள்ள கொஞ்சமேனும் வாய்ப்பு இருந்தது.

ஆனால், நகைக்கடன்கள் வழங்கவென உருவான தனியார் நிதி நிறுவனங்கள் பெருகிய பின்னர், பெரும்பாலான நகைகள் மூழ்கிப் போகவே செய்கின்றன. கடன் தொகை அதிகம். கண்ணுக்குத் தெரியாத கூட்டுவட்டி. எல்லாவற்றைவிட, கடனைத் திருப்பிச் செலுத்த முடியுமா முடியாதா என்ற திட்டமின்மையும் முக்கிய காரணம். கண்ணுக்குத் தெரியாத மாயச்சுமையில் சிக்கிக் கொள்கின்றனர். விளைவு, அரிய குடும்பச் சொத்துகளான நகைகள் ஏல விளம்பரத்தில் தொத்திக்கொண்டு நிற்கின்றன.

அசையாச் சொத்துக்களுக்கான ஏலம் முற்றிலும் வேறு கதை களைச் சொல்கின்றன. சிறு, குறு தொழில்களின் நசிவுதான் பின்னணி. தொழில்செய்வதற்கு இணக்கமான சூழலைக் கொண்டுள்ள மாநிலங்கள் என்ற மத்திய அரசின் பட்டியலை இதனோடு

தொடர்புபடுத்திப் பார்ப்பது பொருத்தமாக இருக்கும். 2015ஆம் ஆண்டில் 12ஆவது இடத்தில் இருந்த தமிழகம், 2016ஆம் ஆண்டில், பதினெட்டாவது இடத்துக்குத் தள்ளப்பட்டுள்ளது. 2017ல் சரிவு தொடரப் போவது நிச்சயம். அதன் ஒரு வெளிப்பாடாகவே, இத்தகைய அடமானச் சொத்துகளின் ஏலங்களைப் புரிந்துகொள்ள வேண்டும்.

ஒருசில ஆண்டுகளுக்கு முன்புவரை, ஆங்கில நாளிதழ்கள் வேலை வாய்ப்புகளுக்கு என எட்டுப்பக்க தனி இணைப்பிதழ்களே வெளியிட்டுவந்தன. பின்னர் அவை நான்கு பக்கங்களாயின. அதன்பிறகு, நாளிதழுக்குள்ளேயே இரண்டுபக்கங்களில் அவை தஞ்சம் புகுந்தன. இரண்டு ஒன்றாயிற்று. அரையாயிற்று. சமீப மாதங்களாக கல்விநிறுவனங்களின் வேலைவாய்ப்பு விளம்பரங்கள் மட்டுமே அதிகம் கோலோச்சுகின்றன. தகவல் தொழிநுட்பத் துறையோ, பி.பி.ஓ., கால் சென்டர் விளம்பரங்களோ, வங்கிகளோ, வெளிநாட்டு வேலைவாய்ப்புகளோ காணவே இல்லை. வடமாநில, பன்னாட்டு நிறுவனங்களின் வேலை விளம்பரங்கள் மருந்துக்கும் இல்லை. தமிழகத்தில் ஏற்பட்டிருக்கும் வேலை வறட்சியை இதற்கு மேல் யாராலும் எடுத்துச் சொல்ல முடியாது.

மொத்தத்தில் இத்தகைய விளம்பரங்கள் ஒரு செய்தியைத்தான் மீண்டும் மீண்டும் வலியுறுத்திச் சொல்கின்றன: குடும்பங்களும் சுகமாயில்லை, தொழில்களும் வளமாக இல்லை, வாய்ப்புகளும் கொட்டிக்கிடக்கவில்லை.

(29.05.2017)

5

உழைப்பு ஆர்வத்தைக் குலைக்கிறதா அனைவருக்கும் அடிப்படை வருவாய்?

அமெரிக்க ஹார்வர்ட் பல்கலைக்கழக மாணவர்கள் மத்தியில் பேசிய முகநூல் நிறுவரான மார்க் ஜஃகர்பர்க், ஒரு விவாதத்துக்கு மீண்டும் உயிருட்டியுள்ளார். பெருகிவரும் செயற்கை நுண்ணறிவு மற்றும் தானியங்கித் தொழில்நுட்பங்கள் காரணமாக, அடுத்த பத்து, இருபது ஆண்டுகளில் வேலைவாய்ப்புகள் பெருமளவு குறையப் போகின்றன. வேலையில்லாத் திண்டாட்டம் பெருகப் போகிறது. அதனைச் சமாளிக்கவும், மக்களின் குறைந்தபட்ச வாழ்க்கைத் தரத்தை உறுதிப்படுத்தவும், அனைவருக்கும் அடிப்படை வருவாய் (யுனிவர்சல் பேசிக் இன்கம்) வழங்கப்பட வேண்டும் என்பதே அவரது கருத்து.

அது என்ன அனைவருக்கும் அடிப்படை வருவாய்?

அதைப் புரிந்துகொள்வதற்கு முன்பு வேகமாக வளர்ந்துவரும் தொழில்நுட்ப மாற்றங்களைப் புரிந்துகொள்வோம். ஓட்டுநர்கள் இல்லாத மின்சார கார்கள் இன்னும் சில ஆண்டுகளில் புழக்கத்துக்கு வரப் போகின்றன. ஊபர் ஏற்கெனவே இதனைச் சோதனை செய்து பார்த்துள்ளது. அது உலக அளவில் சுமார் 20 சதவீத மக்களின் வேலைவாய்ப்பைப் பறிக்கப் போகிறது.

அடுத்தது, ரோபோக்கள். பல முன்னணி கார் மற்றும் கனரக வாகன உற்பத்தி மையங்களில் ரோபோக்கள், மனிதர்களின் இடத்தைப்

பிடித்துக்கொள்ளத் தொடங்கியுள்ளன. ஐ.டி., ஐ.டி. துறை சேவைகளில், வங்கிகளில், சட்டத் துறையில், ஆயத்த ஆடைகள், கணினி மற்றும் உதிரி பாகங்கள் உற்பத்தியில் அட்டோமேஷன் மேன்மேலும் பெருகி வருகிறது. பல ஆயிரம் பேர் செய்த வேலைகளை ஒருசில இயந்திரங்களே மிகத் திறமையாகவும் செம்மையாகவும் செய்கின்றன.

இத்தகைய முன்னேற்றங்கள், மனிதர்களின் வசதியை மேம்படுத்தலாம், ஆனால், அவர்களை வேலையற்றவர்களாக்கி, வீட்டில் முடக்கி வைக்கப் போவதும் உறுதி. இந்தப் பின்னணியில் தான் 'அனைவருக்கும் அடிப்படை வருவாய்' என்ற சிந்தனை பிறக்கிறது. இந்த உலகம் இவ்வளவு தூரம் வளர்ந்திருக்கிறது என்றால், அதற்கான உழைப்பை ஒவ்வொரு தலைமுறையும் வழங்கி வந்துள்ளது. அனைவரது கூட்டு முயற்சியின் பயனே இன்றைய வளம். உலகில் பிறந்துள்ள அனைவரும் இந்த வளத்துக்குச் சொந்தக்காரர்கள். அதனால், அவர்கள் பசியின்றி வாழத் தேவையான வருவாயை அரசாங்கங்கள் வழங்கவேண்டும்.

இது ரொம்ப பழைய சிந்தனையாச்சே? உண்மைதான். ஆனால், இன்றைய தொழில்நுட்ப வளர்ச்சி, இந்த இடத்துக்கே நம்மை இட்டு வந்துள்ளது. விளைவு, அனைவருக்கும் அடிப்படை வருவாய் வழங்குவதற்கான சோதனை முயற்சிகளை பல நாடுகள் செய்து பார்க்கின்றன. பின்லாந்து நாடு, 2,000 வேலையற்றவர் களைத் தேர்வு செய்து, அடுத்த இரண்டு ஆண்டுகளுக்கு மாதம் தோறும் 560 யூரோ (சுமார் ரூ. 40,000) வழங்குகிறது. கனடா, நெதர்லாந்து, பார்சிலோனா ஆகிய நாடுகளிலும் சோதனை முயற்சிகள் நடைபெறுகின்றன. வேலையற்றவர்கள், வேலை தேடிக்கொண்டாலும் அடிப்படை வருவாய் அரசாங்கத்திடம் இருந்து தொடர்ந்து கிடைக்கும்.

இதன் லாப - நஷ்டங்கள் விவாதிக்கப்படுகின்றன. தொழில் முனைவோர், கலைஞர்கள், பெண்கள், மாணவர்கள் ஆகியோர் புதிய முயற்சிகளில் தைரியமாக இறங்கலாம். அவர்களுக்கான அடிப்படை வருவாய்க்கு உத்தரவாதம் இருப்பதால் அடுத்த வேளை உணவுக்குப் பயப்படத் தேவையில்லை.

உலக வளர்ச்சி என்பதே தேவைக்கும் கிடைப்பதற்கும் இடையே இருக்கும் ஏற்றத்தாழ்வுதானே? அனைவருக்கும் அடிப்படை வருவாய் கிடைத்துவிட்டால், ஏற்றத்தாழ்வு நீங்கிவிடும், உழைப்பார்வம் குறைந்துவிடும், புதிய முயற்சிகள் சுணங்கிவிடும்,

சோம்பேறித்தனம் பெருகிவிடும், பணத்துக்கு மதிப்பே இருக்காது என்று கருதுபவர்களும் இருக்கிறார்கள்.

அனைவருக்கும் அடிப்படை வருவாய் வழங்க, அரசாங்கங் களிடம் போதிய நிதி இருக்கிறதா? நிதியைத் திரட்ட என்ன செய்யப் போகிறார்கள்? கூடுதல் வரி விதிப்பார்களா? அப்படியானால், இல்லாதவர்களுக்கு வழங்குவதற்காக இருக்கப்பட்டவர்களிடம் இருந்து அடித்துப் பிடுங்கும் திட்டமா இது? வரிச் சலுகைகள் தனியே வழங்கப்படுமா? உண்மையில் 'அடிப்படை வருவாய்' என்பது எவ்வளவு? இப்போதிருக்கும் சமூகப் பாதுகாப்புத் திட்டங் களோடு சேர்ந்து அடிப்படை வருவாய் வழங்கப்படுமா? இல்லை, இது தனிச் செலவா? கேள்விகள், கேள்விகள், கேள்விகள்தான் தோரணம் கட்டுகின்றன.

இந்திய அளவில் சாத்தியமா?

2017 ஜனவரி மாதமே தலைமைப் பொருளாதார ஆலோசகர் அரவிந்த் சுப்பிரமணியம், இதைப் பற்றிப் பேசியிருக்கிறார். இந்தியாவில் சுமார் 950 சமூக நலத் திட்டங்கள் உள்ளன. ஒன்றில் சுணக்கம் ஏற்பட்டாலும் மற்றொன்றின் மூலம், ஏழை எளியவர்களுக்கு உதவிகள் போய்ச்சேரும் என்பதே நம்பிக்கை. ஆனால், அப்படி நடப்பதில்லை என்று தெரிவிக்கின்றன பல ஆய்வுகள். ஏராளமான ஓட்டைகள், இடைத்தரகர்கள், தாமதங்கள். இந்தப் பின்னணியில், அனைத்து சமூகநலத் திட்டங்களையும் ஒருங்கிணைத்து, உரியவர்களுக்கு அடிப்படை வருவாயை வழங்கலாம் என்பது யோசனை.

எவ்வளவு வழங்குவது? இப்போதைய சமூகநலத் திட்டங்கள் அனைத்தின் செலவு, மொத்த உள்நாட்டு உற்பத்தியில் 5 சதவிகிதம். இதனையே அடிப்படை வருவாயாக மாற்ற முடியும் என்பதே அரவிந்த் சுப்பிரமணியத்தின் கருத்து. அதாவது, ஒருவருக்கு ஓராண்டுக்கு ரூ. 7,620 வழங்கலாம். சிறுநகரத்தில் வேலைசெய்யும் ஒருவரது ஒரு மாத ஊதியம் கூட இல்லாத இந்தத் தொகை ஏழை எளியவர்களுக்கு வழங்கப்படுமானால், மிகமோசமான ஏழைமையில் இருக்கும் 22 சதவீத்தினரை, 0.5 சதவீதம் அளவுக்குக் குறைந்துவிடும் என்கிறார் அரவிந்த்.

2011லேயே அடிப்படை வருவாய் தொடர்பாக மத்திய பிரதேச கிராமங்களில் சோதனை முயற்சி மேற்கொள்ளப்பட்டது. அங்கே ஒவ்வொரு பெரியவருக்கும் ரூ. 300ம், ஒவ்வொரு சிறுவருக்கும் ரூ. 150ம் வழங்கப்பட்டன. அதன்மூலம், அவர்களுடைய

வாழ்க்கைத்தரம் கணிசமாக உயர்ந்ததாக இந்தச் சோதனையை நடத்திய யுனிசெஃப் மற்றும் சேவா அமைப்பினர் தெரிவித்துள்ளனர்.

ஆடோமேஷனால் ஏராளமான வேலைகள் பறிபோகும் என்பது அதீத மதிப்பீடு என்கிறார் டி.வி. மோகன்தாஸ் பை. அடோமேஷன் மற்றும் ரோபோக்களை உருவாக்குவதற்கான ஆரம்பச் செலவுகள் மிக அதிகம். அதைவிட, பணியாளர்களின் ஊதியம் குறைவு என்பதால், இந்தியாவில் ஆடோமேஷன் விரைவாக நடைபெறாது என்பது அவரது கணிப்பு.

வேலைபோய்விடும் என்ற பயத்தை உருவாக்குவது தகவல் தொழில்நுட்பத்தைச் சேர்ந்தவர்களே. அதுவும் முன்னேறிய நாடுகளைச் சேர்ந்தவர்களே. இந்தியா போன்ற வளரும் நாடுகளின் உண்மையான பொருளாதாரமும் வேலைவாய்ப்பு களும் ஐ.டி. துறையை மட்டுமே நம்பியில்லை. அரசாங்கங்கள் தங்கள் கையாலாத்தனத்தை, தொழில்நுட்ப முன்னேற்றங்களின் மீது சுமத்திவிட்டு, பொறுப்புகளைத் தட்டிக்கழிக்க இத்தகைய கருத்துகள் பயன்படலாம் என்ற அச்சமும் எழுப்பப்படுகிறது.

அனைவருக்கும் அடிப்படை வருவாய் என்பது ஒருவகையில் இலவசம். தன்மானமும் சுயமரியாதையும் உள்ள எந்தச் சமூகமும் இலவசத்தை ஏற்குமா என்ன?

(5.06.2017)

6

கடன் வளர்ச்சி பெருக என்ன வழி?

எண்கள் பேசத் தொடங்கும்போது, கண்கள் பூத்துப் போகின்றன. கருத்துகள் தடுமாற ஆரம்பித்துவிடுகின்றன. சமீபத்தில் நம் கண்களையும் கருத்துகளையும் தடுமாற வைத்த எண்கள், இந்திய வங்கிகளின் கடன் வளர்ச்சி விகிதம்.

சென்ற 2016 செப்டம்பர் வரைக்குமான வங்கிக் கடன்களின் வளர்ச்சி விகிதம் 12.1. மார்ச் 2017 இறுதியில் அது 5.4 சதவீதம். இந்த வீழ்ச்சி யாரை அதிகம் பாதித்தது? பெருநகரங்கள், நகரங்கள், சிறுநகரங்களைவிட கிராமப்புறங்களையே அதிகம் பதம் பார்த்துள்ளது. பண மதிப்பிழப்பு நடவடிக்கையே வீழ்ச்சிக்கு முக்கிய காரணம் என்று சொல்வது நம்மை நாமே ஏமாற்றிக் கொள்வதற்குச் சமம். பிரச்னை இன்னும் விரிவாகவும் ஆழமாகவும் பரவியுள்ளது.

வங்கிக் கடன்களைப் பற்றி ஏன் அக்கறை? இன்றைக்கும் நமது நாட்டின் பெருந்தொழில்கள், சிறு, குறு தொழில்கள் அனைத்துக்கும் கடன் கொடுப்பவை எண்பது சதவிகிதம் பொதுத்துறை வங்கிகளே. வாடிக்கையாளர்கள் பெறும் வீடு, வாகன, தனிப்பட்ட கடன்களைப் பெருமளவு வழங்குவது வங்கிகளே. நெடுஞ்சாலை கள் அமைப்பது, பாலங்கள் எழுப்புவது, மின்சார உற்பத்தி போன்ற இந்தியாவின் பெரும் உள்கட்டுமானத் திட்டங்கள் அனைத்துக்கும் கடன் வழங்க பணிக்கப்படுவதும் பொதுத் துறை வங்கிகளே.

இந்தப் பின்னணியில் இருந்து பாருங்கள். வங்கிகளது கடன் வளர்ச்சிவிகிதம் சரிந்துள்ளது பெருங்கவலை அளிக்கும். எங்கள் இப்போது பேசத் தொடங்கும். ஏன் இந்தச் சரிவு? காரணங்கள் சிக்கலானவை. முக்கியமானவற்றை மட்டும் பார்ப்போம்.

1. கடன்கள் வழங்க, வங்கிகளிடம் போதிய நிதி வசதி இல்லை.

2. கடன்கள் வாங்கும் தரப்பில், திருப்பிச் செலுத்த முடியும் என்ற நம்பிக்கைச் சரிவு.

3. வங்கிகள் அல்லாத இதர நிறுவனங்களிடம் இருந்து கடன்கள் பெறுவது எளிது.

பொதுத் துறை வங்கிகளின் நிதி நிலைமையை வெகுவாக பாதிப்பது, வாராக்கடன்கள். 2016-17 நிதியாண்டில் ரூ. 7.65 லட்சம் கோடியாக இருந்த வங்கிகளின் வாராக்கடன், 2017-18 நிதியாண்டில், ரூ. 8.2 - 8.5 லட்சம் கோடியாக உயரும் என்பது கணிப்பு. அதாவது வங்கிகளின் மொத்த வரவு செலவில் சுமார் 16 -17 சதவீதம், வாராக்கடன். இதில் பயிர்க்கடன், தொழிற்கடன், வீட்டுக்கடன் என்று அனைத்துமே அடங்கும். ஒவ்வொரு துறையும், பல்வேறு காரணங்களால் கடனைத் திருப்பிச் செலுத்த முடியாமல் தவிக்கின்றன. பெரிய நிறுவனங்கள், தங்கள் கடன் களை மாற்றியமைத்துக் கொண்டிருக்கின்றன. சிறு, குறுந் தொழில்களோ, பெரிய வளர்ச்சியில்லாமல் தவிக்கின்றன.

ஏன் இந்த நிலைமை? பொதுவாகவே, நுகர்வோரின் வாங்கும் சக்தி உயரும் போது, உற்பத்தி பெருகும். அதனால், தொழில் வளர்ச்சி மேம்படும். 2017 மார்ச் மாதத்துடன் முடிந்த காலாண்டில் மொத்த உள்நாட்டு உற்பத்தி 6.1 சதவீதமாக குறைந்துபோனதை இதனோடு தொடர்புபடுத்திப் பார்க்க வேண்டும். வளர்ச்சி பெருகவில்லை என்பதையே இது காட்டுகிறது. ஆக, கொடுத்த கடன்களை வங்கிகளால் முழுமையாகத் திரும்பப் பெற முடியவில்லை. விளைவு, புதிய கடன்களைக் கொடுக்க அவர்களிடம் நிதி இல்லை. கொடுத்தால் மேன்மேலும் அது வாராக்கடன்களாக மாறிவிடுமோ என்ற அச்சம்.

நுகர்வோரின் வாங்கும் சக்தி ஏன் உயரவில்லை? உண்மையில் உயரவே இல்லையா? அப்படிச் சொல்ல முடியாது. தொழில் நிறுவனங்களும் ஆய்வு அமைப்புகளும் எதிர்பார்க்கும் வேகத்தில் அது வளரவில்லை. இந்திய மக்களுக்கு இருக்கும் பாதுகாப்பு உணர்வு மெச்சத்தக்கது. அவர்கள் தங்கள் வருவாயை சேமிப்பு

களாக மாற்றவே விரும்புகின்றனர். வங்கிகளில் உயர்ந்துள்ள சேமிப்புகளும் தங்க நகை விற்பனையுமே இதற்குச் சான்று.

இன்னொரு செய்தியும் கவனிக்கத்தக்கது. மார்ச் 2017 உடன் முடிந்த காலாண்டில், பொதுத் துறை வங்கிகள் கொடுத்த கடன் தொகைதான் சரிந்தனவே தவிர, தனியார் வங்கிகள் கொடுத்த கடன்கள் பெருமளவு குறையவில்லை. மேலும், இந்தக் காலகட்டத்தில் வங்கியல்லாத நிதி நிறுவனங்கள் வாயிலாக கடன் பெற்றவர்களின் எண்ணிக்கை அதிகம். அங்கே, கடன் பெறுவது ஏதோ ஒருவகையில் எளிமையாக இருந்திருப்பது கண்கூடு.

பொதுத்துறை வங்கிகள் செய்த ஒரு புத்திசாலித்தனமான வேலையை மெச்சுவது அவசியம். அவை பெருநிறுவனங்களுக்கு நேரடியாக கடன்கள் வழங்கவில்லையே தவிர, அவை வெளியிட்ட கடன் பத்திரங்களில் பெருமளவு முதலீடு செய்திருக்கின்றன. ஆர்.பி.ஐ. அனுமதியோடு வெளியிடப்படுவை தனியார் கடன் பத்திரங்கள். அதில் முதலீடு செய்வதன் மூலம், மூலதனத்துக்கும் உத்தரவாதமுண்டு, வட்டிக்கும் உத்தரவாதமுண்டு.

வங்கிக்கடன்கள் பற்றி ஏன் இவ்வளவு கவலைப்பட வேண்டும்?

இரண்டு காரணங்கள். அதன்மூலம், தொழில்துறை பெருகும், உற்பத்தி பெருகும், வளர்ச்சி பெருகும். அதைவிட முக்கியமாக வேலைவாய்ப்புகள் பெருகும். கடந்த மூன்றாண்டுகளாக வேலைவாய்ப்புகள் போதிய அளவு பெருகவில்லை என்பதற்கு அடிப்படை காரணங்களில் ஒன்று தனியார் துறை முதலீடுகள் பெருகவில்லை, வங்கித் துறை கடன்கள் பெருகவில்லை என்பது.

வங்கிகளின் கடன் வளர்ச்சியை உயர்த்துவது எப்படி?

வேறு வழியே இல்லை. இதுநாள்வரை வங்கிகளில் தேங்கிப் போயுள்ள வாராக் கடன்களை ஒட்டுமொத்தமாக தலைமுழுகிவிட வேண்டியதுதான். ஒழுங்காக வரி கட்டியவர்களுக்கு வயிற்றெரிச்ச லாக இருக்கும். மக்கள் பணத்தைச் சுருட்டியவர்கள் முதற் கொண்டு, உண்மையிலேயே கடன்களைக் கட்டமுடியாத ஏழை விவசாயிகள் வரை அனைவரும் இதனால் பயன் அடைவர். கணக்குப் புத்தகங்களில் இருந்து கடன் எனும் பெருஞ்சுமை நீங்கினால்தான், வங்கிகளுக்கு மீண்டும் கடன் கொடுக்க துணிவு வரும். வீட்டுக்குள் இருக்கும் பாம்புப் புற்று, கடன். அதை இடித்துத் தரை மட்டமாக்கினால்தான் நிம்மதியாக வாழ முடியும்.

இந்த ஆண்டு நல்ல மழைப்பொழிவு இருக்கும் என்கிறது இந்திய வானிலை ஆய்வு மையம். அதனால் விவசாய வளம்பெருகும், மக்களின் நம்பிக்கையும் வாங்கும் சக்தியும் உயரும் என்று கணிக்கப்படுகிறது. மக்களின் நம்பிக்கை பெருகினால் மட்டுமே இந்திய வளர்ச்சி உயரும்.

(12.06.2017)

7

அடிப்படைகளை நம்பி, முதலீடு செய்யுங்கள்

ஐந்து பார்வையற்றவர்கள் யானையைத் தடவிப் பார்த்து, ஒவ்வொருவரும் ஒரு உருவத்தை ஊகித்துச் சொன்ன கதை உங்களுக்குத் தெரியும். இந்தியப் பங்குச் சந்தையும் இந்த நிலையில்தான் இருக்கிறது. ஏன் இவ்வளவு வேகமான ஓட்டம், முன்னேற்றம் என்று யாரைக் கேட்டாலும், ஒவ்வொரு புதுக் கதை சொல்லப்படுகிறது.

இந்தியாவில் நரேந்திர மோடி தலைமையிலான ஸ்திரமான அரசாங்கம்; ஜி.எஸ்.டி., வாராக்கடன்கள் மீதான நடவடிக்கை போன்ற பொருளாதார மேம்பாடுகள்; குறைவான பணவீக்கம், வட்டிகள் குறைவதற்கான வாய்ப்பு, வலிமையான ரூபாய் மாற்று மதிப்பு, நல்ல பருவமழை என்று காரணங்கள் அடுக்கப் படுகின்றன. இதில் பல விஷயங்கள் ஏற்கெனவே இருந்தவை தான். ஆனால், அப்போதெல்லாம் இவ்வளவு வேகமாக பங்குச் சந்தை முன்னேறியதில்லை.

2017ல் இதுரை வரைக்கும் மும்பை பங்குச் சந்தையான சென்செக்ஸ் 17 சதவீதம் வருவாய் ஈட்டியிருக்கிறது. 2016ல் பெரிய முன்னேற்றமில்லை. 2017ல் என்ன பிரமாதமாக நடந்துவிட்டது? அந்நிய முதலீடுகள் வந்து கொட்டுகின்றன. அதற்கு அடிப்படை, உலக அளவில் பணபுழக்கம் பன்மடங்கு பெருகியிருப்பது.

2008 பொருளாதார மந்தத்துக்குப் பிறகு, வளர்ந்த நாடுகளின் அரசுகள் படிப்படியாக தங்கள் நிதி நிர்வாகத்தைத் தளர்த்தின. அதன் விளைவு, இன்று சர்வதேச அளவில், பெரும் பணப்புழக்கம். சென்ற ஆண்டு அமெரிக்க அதிபர் தேர்தலுக்காக காத்திருந்த முதலீட்டாளர்கள், 2017க்குப் பிறகு சர்வதேச சந்தைகளில் முதலீடு செய்யத் தொடங்கினர்.

அமெரிக்க கடன் பத்திரங்களிலும் நிதிச் சந்தையிலும் கச்சா எண்ணெய் ஃபியூச்சர்களிலும் முதலீடு செய்தவர்கள், மெல்ல மெல்ல வளரும் நாடுகளின் பங்குச் சந்தைகளில் முதலீடு செய்யத் தொடங்கினர். அமெரிக்க மத்திய வங்கியைப் போலவே ஐரோப்பிய மத்திய வங்கி, ஜப்பான் மத்திய வங்கி ஆகியவையும் பணப்புழக்கத்தை அதிகரிக்கும் விதமாக ஒவ்வொரு மாதமும் சுமார் 200 பில்லியன் டாலர் அளவுக்கு பல்வேறு பங்கு பத்திரங்கள், நிதிச் சந்தைகளில் முதலீடு செய்து வருகின்றன. இதனாலும், சர்வதேச அளவில் பணப்புழக்கம் பெருகியுள்ளது.

இதன் விளைவுதான், இன்றைக்கு சர்வதேச நாடுகள் எங்கும் ஏற்றம். இந்தியப் பங்குச்சந்தை மட்டுமல்ல, 33 நாடுகளின் பங்குச்சந்தை களிலும் முன்னேற்றம். சராசரியாக 14.9 சதவீத வளர்ச்சி ஏற்பட்டுள்ளது. போலந்து (31 சதவீதம்), ஆர்ஜெண்டினா (29.6 சதவீதம்), தென் கொரியா (25 சதவீதம்), துருக்கி (24.2 சதவீதம்) ஆகியவை முன்னணியில் நிற்க, கனடா மற்றும் ரஷ்ய பங்குச் சந்தைகளில் வளர்ச்சி இல்லை.

ஆக, இது இந்தியப் பங்குச் சந்தைக்கும், இந்திய பொருளாதாரத்துக்கு மட்டுமே கிடைத்த தனிப்பட்ட அங்கீகாரமாக கருத வேண்டிய தில்லை. அந்நிய முதலீட்டாளர்கள் எல்லா சந்தைகளிலும் கால்பதித்து, லாபம் ஈட்ட முயற்சிக்கிறார்கள் என்பதுதான் யதார்த்தம். அதனால்தான், மிட்கேப் பங்குகள் முதற்கொண்டு எல்லா நிறுவனப் பங்குகளும் தலைதெறிக்க விலையேறிக்கொண்டு இருக்கின்றன. சொல்லப் போனால், அடுத்த ஓராண்டில் நிறுவனங்கள் ஈட்டக்கூடிய லாபத்துடன் ஒப்பிடும்போது, நாம் கொடுக்கும் விலை சுமார் 18 மடங்கு அதிகம். வழக்கமாக இத்தகைய விலைகள் மிக அதிகம் என்றே கருதுவோம். ஆனால், அந்நிய முதலீடுகள் வந்துகொட்டும்போது, லாபம் ஈட்டுவதுதான் முக்கியமே தவிர, அடிப்படை நியாயங்கள் யாருக்கு வேண்டும்?!

பங்குச் சந்தை ஓட்டம் இன்னும் எவ்வளவு காலம் நீடிக்கும்?

அது தெரியாது. முக்கியமான சில சம்பவங்கள் நடைபெற்றால், சர்வதேச அளவிலான பணப் புழக்கம் வற்றிப் போகலாம். உதாரணமாக, ஐரோப்பிய அல்லது அமெரிக்க மத்திய வங்கிகள் தங்கள் கொள்கைகளில் ஏதேனும் மாறுதல் ஏற்படுத்தலாம். சீனாவின் கடன் சுமை ஏற்கெனவே கடுமையாக உயர்ந்துள்ளது. மொத்த உள்நாட்டு உற்பத்தியோடு ஒப்பிடும்போது, அவர்களுடைய கடன்சுமை 260 % அதிகம். இதன் விளைவாக, சீன நாணயத்தின் மாற்று மதிப்பைக் குறைக்கவேண்டிய கட்டாயம் ஏற்படலாம். வட கொரியா இன்னொரு இம்சை. அந்த நாட்டு அதிபர் சும்மா இராமல் ஏதேனும் அணுகுண்டு ஆராய்ச்சிகளில் ஈடுபட்டால், சர்வதேச சந்தை ஆடிப் போய்விடும்.

இவையெல்லாம் நடக்காதவரை, அந்நிய முதலீடுகளுக்கு ஆபத்தில்லை. ஆனால், முதலீடு செய்தவர்களே, நல்ல லாபத்தில் விலகிப் போவது மிகவும் இயல்பான நிகழ்ச்சி. ஆனால், அவர்கள் எப்போது விலகுவார்கள்? அதை அவ்வளவு சுலபமாக கணிக்க முடியாது. சமீபத்தில்கூட ஒன்றிரண்டு நாட்கள் பங்குச் சந்தையிலிருந்து மூலதனத்தை விலக்கிக்கொண்டார்கள். ஆனால், கடன் பத்திரங்களில் முதலீடு தொடர்கிறது.

இந்திய முதலீட்டாளர்கள் உஷாராக இருப்பது தெரிகிறது. பங்குகளில் நேரடியாக முதலீடு செய்வதைத் தவிர்த்துவிட்டு, மியூச்சுவல் பண்டுகளில் மூலமாக முதலீடு செய்வது தொடர்கிறது. சிறுநகரங்களிலிருந்து சிறு முதலீட்டாளர்கள் மியூச்சுவல் பண்டுகளில் முதலீடு செய்வது அதிகரித்துள்ளது மகிழ்ச்சியான செய்தி. இதேபோல், உள்நாட்டு நிறுவன முதலீட்டாளர்களும் பெருமளவில் பங்குச் சந்தைகளில் முதலீடுகளைத் தொடர்கின்றனர்.

அந்நிய நிறுவன முதலீட்டாளர்கள் மூட்டையைக் கட்டிக்கொண்டு வெளியேறினாலும் வளர்ச்சி தொடருமா?

கொஞ்சம் கஷ்டம்தான். 1999 டாட் காம் குமிழ் வெடித்தபோது இருந்த சூழல்தான் இப்போதும் தொடர்வதாக கருதப்படுகிறது. வேலைவாய்ப்புகளில் வளர்ச்சியில்லை, தொழில் செய்ய நம்பிக்கை, நுகர்வோரின் நம்பிக்கை ஆகியவை பெரிய அளவில் முன்னேற்றம் அடையவில்லை. இதன் தொடர்ச்சியாக பல தொழில்களில் எதிர்பார்க்கப்படும் லாபம் ஈட்டப்படுமா என்ற கேள்வியும் எழுகிறது.

அதனால், பங்குச் சந்தையிலிருந்து விலகிவிட வேண்டுமா? வேண்டாம். குறுகிய கால முதலீட்டாளராக இல்லாமல்,

நீண்டகால முதலீட்டாளராக இருங்கள். 2000 ஆம் ஆண்டில் மும்பைப் பங்குச் சந்தை 6,000 புள்ளிகளைத் தொட்டது. பின்னர் 3,972 புள்ளிகளுக்கு விழுந்தது. 35 சதவீத நஷ்டம். 2008ல் 21,206 புள்ளிகளைத் தொட்டு, பின்னர் 9, 647க்கு விழுந்து, 50 சதவிகித நஷ்டத்தைக் கொடுத்தது. ஆனால், இன்றைக்குத் திரும்பிப் பாருங்கள். பதினேழு ஆண்டுகளில் மும்பை பங்குச்சந்தை 5 மடங்கு லாபம் ஈட்டியிருக்கிறது. இதற்கு அடிப்படை, நம்முடைய இந்திய நிறுவனங்கள் பெற்றுள்ள உண்மையான வளர்ச்சி.

ஆக, வெளிநாட்டுப் பணம், தேவையற்ற எதிர்பார்ப்பு ஆகியவற்றை விலக்கிவிட்டு, நம் நிறுவனங்களின் உண்மையான திறன்மீது நம்பிக்கை வைத்து நீண்டகால முதலீடுகளைச் செய்தால் பலன் உண்டு.

(19.06.2017)

8

ஏர் இந்தியாவை வாங்குவதற்கு யார் முன்வருவார்கள்?

இந்தியாவின் வான்பறவையை தனியாருக்குத் தாரை வார்க்க முடிவுசெய்துவிட்டது மத்திய அரசு. 'இந்தியாவின் 86 சதவீத விமானச் சேவையைத் தனியாரால் வழங்க முடியும் என்றால், 100 சதவீதத்தையும் அவர்களால் வழங்க முடியாதா?' என்று நிதி அமைச்சர் அருண் ஜேட்லி கேட்டதில் இருந்து, பழைய விவாதம் ஒன்றுக்கு புதிய சிறகு முளைத்துள்ளது.

ஏர் இந்தியா நிறுவனம் ரூ. 52,000 கோடி நஷ்டத்தில் இயங்குகிறது. ஒவ்வொரு மாதமும் ஏர் இந்தியா ஈட்டும் வருவாயைவிட ரூ. 300 - 400 கோடி கூடுதல் செலவு. இந்தக் கடன் மிக மிக அதிகமோ? ஆமாம். ஜெட் ஏர்வேஸுக்கு உள்ள கடன் ரூ. 7,223 கோடியைப் போல் இது 5.5 மடங்கு; இண்டிகோவின் ரூ. 3,201 கோடி கடனைப் போல் இது 16 மடங்கு அதிகம்.

2012ல் மத்திய அரசு வழங்கிய ரூ.30,000 கோடி கடன் தொகையில் இருந்துதான் ஏர் இந்தியா இயங்குகிறது. தன் செயல்பாடுகளை மேம்படுத்தி, செலவுகளைக் குறைத்து, 2017க்குள் லாபம் ஈட்ட வேண்டும் என்ற எதிர்பார்ப்புடன், மத்திய அரசு, ஏர் இந்தியாவுக்குக் கடன் கொடுத்தது. 2015 - 16ல் மட்டும், விமான எரிபொருள் விலை சரிவினால், ரூ. 105 கோடி லாபம். மற்றபடி, தொடர்கிறது நஷ்டம். வேறு வழியில்லாமல், ஏர் இந்தியாவை விற்றுவிட வேண்டிய நிலை.

எங்கே தவறு?

140 விமானங்கள், 2,000 விமானிகள், 2,000 தொழில்நுட்ப வல்லுனர்கள், 72 இந்திய நகரங்களுக்கும், 41 சர்வதேச நகரங்களுக்கும் விமான சேவை, விமானங்களைப் பழுதுபார்க்க சொந்த இடம், விமானங்களை நிறுத்துவதற்கு முன்னுரிமை என்று ஏர் இந்தியாவின் புகழைச் சொல்லிக்கொண்டே போகலாம். இவ்வளவு இருந்தும், ஏர் இந்தியாவில் கடுமையான நஷ்டம். காரணம் என்ன?

தேவைக்கு அதிகமாக விமானங்கள் வாங்கியது முதல் தவறு. ஐ.மு.கூ.வின் முதல் ஆட்சியில் ரூ. 70,000 கோடி செலவில் 111 விமானங்களை வாங்க முடிவு செய்யப்பட்டது. ஏர் இந்தியா ரூ.33, 197 கோடி செலவில் 50 விமானங்கள் வாங்குவதற்கு, போயிங் நிறுவனத்தோடு ஒப்பந்தம் போட்டது. கடன் வாங்கி விமானங் களை வாங்குவது, பின்னர் வருவாய் ஈட்டி கடனைத் திருப்பிச் செலுத்துவது என்பதே திட்டம். ஆனால், அது நடைபெறவில்லை. கடனே மிஞ்சியது.

ஏர் இந்தியாவையும் இந்தியன் ஏர்லைன்ஸையும் இணைத்தது இன்னொரு தவறு. 2002 - 03ல் இவ்விரு விமான நிறுவனங்களின் மொத்த நஷ்டம் ரூ.63 கோடிதான், ஆனால், 2010 -11 அதுவே ரூ.7,000 கோடியைத் தொட்டது. அடுத்த 5 ஆண்டுகளில் ரூ.20,000 கோடியைத் தொட்டது.

கடனில் தத்தளித்த ஏர் இந்தியாவைக் காப்பாற்ற 2011ல் முயற்சி மேற்கொள்ளப்பட்டது. ஆனால், ஏர் இந்தியாவால், ஏற்கெனவே உள்ள கடன்களுக்கு வட்டியைக் கூட செலுத்த முடியவில்லை. இதற்குள், அரசாங்கம் ஒதுக்கிய தொகையில் ரூ.25,000 கோடி காலி. அரசாங்கம், மக்களின் வரிப்பணத்தில் இருந்து ஏர் இந்தியாவைக் காப்பாற்ற முடியாத நிலைக்கு வந்துவிட்டது. விற்பனை செய்வது ஒன்றே வழி.

யார் வாங்குவார்கள்? டாடா குழுமம்தான் ஏர் இந்தியாவை வாங்க விருப்பம் தெரிவிக்கும் என்ற நம்பிக்கையில் அரசாங்கம் அந்தக் குழுமத்தோடு பேச்சுவார்த்தை நடத்தத் தொடங்கியுள்ளது. ஏன் டாடா?

ஏர் இந்தியாவுக்குப் பிள்ளையார் சுழி போட்டவரே ஜெ.ஆர்.டி. டாடாதான். 1932ல் டாடா ஏர்லைன்ஸ் என்ற பெயரில் ஆரம்பித்த விமான நிறுவனமே, 1953ல் நாட்டுடைமை ஆக்கப்பட்டு ஏர் இந்தியா ஆனது. 1977வரை ஜெ.ஆர்.டி. டாடாவே, ஏர் இந்தியா தலைவராக இருந்தார். டாடா குழுமத்துக்கு விமானத் துறையில் ஆர்வம் இருப்பதாலேயே அவர்கள் சிங்கப்பூர் ஏர்லைன்ஸோடு

இணைந்து விஸ்தாரா என்ற விமான சேவையை நடத்துவதோடு ஏர் ஏசியா இந்தியாவிலும் முதலீடு செய்துள்ளது.

டாடா மட்டுமல்ல, இன்னும் மூன்று விமான நிறுவனங்கள் ஏர் இந்தியாவை வாங்க விரும்புகின்றன. இன்றைக்கு இருக்கும் கடன்களோடு யாரேனும் இதனை வாங்குவார்களா? நிச்சயம் மாட்டார்கள். கடன்களை அரசாங்கம் தள்ளுபடி செய்யுமா? மத்திய ரிசர்வ் வங்கி பதறிப் போய்விடும்.

1983ல் பிரிட்டிஷ் ஏர்வேஸ் இப்படிப்பட்ட நெருக்கடியில்தான் இருந்தது. மார்க்ரெட் தாட்சர் பெரும்பாலான நிறுவனங்களைத் தனியார்மயப்படுத்தினார். பிரிட்டிஷ் ஏர்வேஸ் தலைவர் ஜான் கிங், காலின் மார்ஷ் மார்ஷல் என்பவரைத் தலைமை செயல் அதிகாரியாக நியமித்ததோடு, சுமார் 22,000 பணியாளர்களை நீக்கினார். மார்ஷல் அடுத்த நான்கு ஆண்டுகளில் அந்த நிறுவனத்தை லாபகரமானதாக்கினார். 1987ல் பிரிட்டிஷ் ஏர்வேஸ் தனியாருக்கு விற்கப்பட்டபோது, அது சுமார் 284 மில்லியன் டாலர் லாபம் ஈட்டியிருந்தது.

ஏர் இந்தியாவுக்குத் தேவை இத்தகைய கறாரான நிர்வாகம். பொதுத் துறை நிறுவனங்கள், சேவையை மட்டுமே வழங்க வேண்டும், லாபம் ஈட்டக் கூடாது என்று நினைப்பது பொருளாதார குருட்டுத்தனம். ஒவ்வொரு பொதுத்துறை நிறுவனமும் தன்னிறை வோடு செயலாற்றுவதே மக்கள் பணத்துக்கு வழங்கும் மரியாதை. ஆனால், நிர்வாகக் குளறுபடி, அரசியல்வாதிகளின் தலையீடு, அதிகாரிகளின் மெத்தனம், போட்டி மனப்பான்மை இன்மை, வாடிக்கையாளர்களை முதன்மைப்படுவதில் அக்கறையின்மை என்று அரசாங்கத்தைப் பீடித்துள்ள சாபக்கேடு, ஒவ்வொரு பொதுத்துறை நிறுவனத்தையும் அழித்துவருவது கண்கூடு.

விமானச் சேவையை நாட்டுடைமை ஆக்கும் சமயத்தில் ஜே.ஆர்.டி. டாடா அதற்கு எதிர்ப்பு தெரிவித்தார். அப்போது அவர் சொன்னது இது, 'மக்கள் நலனுக்காகவே நாட்டுடைமை ஆக்கப்படுவதாகத் தெரிவித்தால் அதை நான் ஏற்கிறேன். ஆனால், அது அப்படித்தான் என்பதற்கு எந்த அத்தாட்சியும் இல்லை. இந்தியாவின் புதிய அரசாங்கத்துக்கு, விமான நிறுவனத்தை நடத்துவதில் எந்த அனுபவமுமில்லை.' அன்றைக்கு மட்டுமல்ல, இன்றைக்கும் விமான நிறுவனத்தை நடத்த இந்த அரசாங்கத்துக்குத் தெரியவில்லை என்பது நிரூபணமாகியுள்ளது.

(26.06.2017)

9

உத்வேகம் பெறுமா சிறப்புப் பொருளாதார மண்டலங்கள்?

இன்னொரு இந்தியக் கனவு சிதைகிறதோ என்ற அச்சம் ஏற்படத் தொடங்கியுள்ளது. ஏற்றுமதி, இறக்குமதித் துறையை மேம்படுத்த வும் அதன் மூலம், வேலைவாய்ப்புகளைப் பெருக்கி, வருவாயைப் பெருக்கி, பொருளாதாரத்துக்கு அணி சேர்க்கவேண்டும் என்று உருவாக்கப்பட்டவையே சிறப்புப் பொருளாதார மண்டலங்கள். தற்போது 62 மண்டலங்களுக்கான அனுமதியை ரத்து செய்யலாமா என்று யோசித்து வருகிறது மத்திய அரசின் வர்த்தகத் துறை.

என்ன பிரச்னை?

இந்தியாவில் 421 சிறப்புப் பொருளாதார மண்டலங்கள் இருக்கின்றன. இதில் 218 மண்டலங்கள் மட்டுமே இயங்குகின்றன. மற்றவை எல்லாம் செயல்பாட்டுக்கே வரவில்லை என்பதுதான் முக்கியமான செய்தி. சீனாவின் மிகப்பெரும் வளர்ச்சிக்கு உந்துசக்தியாக இருந்தவை சிறப்புப் பொருளாதார மண்டலங்கள் தாம். அதைப் பார்த்தே இந்தியாவும் பல மண்டலங்களை ஏற்படுத்தின. குறிப்பாக, ஏற்றுமதி சார்ந்த பொருள்கள், சேவைகள் ஆகியவற்றுக்கு முன்னுரிமை கொடுத்ததோடு, பல்வேறு வரிச் சலுகைகள், வசதிகள், நிதி ஆதாரத்துக்கான ஏற்பாடுகள் ஆகியவை செய்துகொடுக்கப்பட்டன.

தமிழகம், கர்நாடகம், தெலங்கானா, மகாராஷ்டிரம் ஆகிய மாநிலங்களில்தான் அதிகபட்ச சிறப்புப் பொருளாதார

மண்டலங்கள் இருக்கின்றன. 2016-17 நிதியாண்டில், இந்த மண்டலங்களில் இருந்து ஏற்றுமதி செய்யப்பட்டப்பட்ட பொருள்கள் 12 சதவீதம் உயர்ந்து, 5.24 லட்சம் கோடி ரூபாய் அளவுக்கு இருந்தது. மார்ச் 2017 வரை, இந்த மண்டலங்களுக்கு வந்த முதலீடுகள் சுமார் 4.23 லட்சம் கோடி ரூபாய், உருவாக்கப் பட்ட வேலைவாய்ப்புகள் சுமார் 17.31 லட்சம்.

ஆனால், இன்னொரு பக்கம், 143 பொருளாதார மண்டலங்கள் தங்கள் பணியைத் தொடங்கவே இல்லை. ஒவ்வொருமுறையும் அவை, மத்திய அரசிடம் பெற்ற அனுமதியை மட்டும் புதுப்பித்துக் கொண்டே இருக்கின்றன. இந்த அனுமதியைக் கூட புதுப்பித்துக் கொள்ள விரும்பாமல் இருக்கும் நிறுவனங்கள்தான் முக்கிய மானவை. சமீபத்தில், சிறப்பு வர்த்தக மற்றும் சரக்கு கிடங்கு மண்டலங்களை உருவாக்க விரும்பிய கொச்சின் துறைமுகக் கழகம், தன் எண்ணத்தைக் கைவிட்டது அதிர்ச்சி செய்தியாகி விட்டது. இதேபோல், டில்லி மாநில தொழில் மற்றும் உள்கட்ட மைப்பு மேம்பாட்டு கழகம், லார்க் பிராஜக்ட்ஸ், மானசரோவர் தொழில் மேம்பாட்டுக் கழகம், டைமண்ட் ஐ.டி. இன்ஃப்ராகான் போன்ற நிறுவனங்களும் அனுமதியைப் புதுப்பித்துக்கொள்ள முன்வரவில்லை.

இன்னொரு செய்தியை இணைத்துப் பார்க்கவேண்டும். 349 அனுமதிக்கப்பட்ட சிறப்புப் பொருளாதார மண்டலங்களில் உள்ள மொத்த நிலம் 44,177.69 ஹெக்டேர். அதில் சுமார் 60 சதவீதம், அதாவது 27,029.77 ஹெக்டேர்கள் காலியாக இருக்கின்றன என்று தெரியவந்துள்ளது. அதாவது அங்கெல்லாம் எந்தவிதமான தொழிற்சாலையும் உருவாகவில்லை. ஏழை விவசாயிகளிட மிருந்து வாங்கப்பட்ட நிலம், உற்பத்தியற்று சும்மா கிடக்கின்றன.

படிப்படியாக, தொழில் நிறுவனங்கள் சிறப்புப் பொருளாதார மண்டலங்கள்மீது நம்பிக்கை இழந்துவருகின்றன என்றே இதனைப் புரிந்துகொள்ள வேண்டி இருக்கிறது. முக்கியமான காரணங்களில் ஒன்று, இந்த மண்டலங்களில் உற்பத்தி செய்யப் படும் பொருள்களின்மீது விதிக்கப்பட்ட மினிமம் ஆல்டர்நேட் வரி, டிவிடண்ட் டிஸ்டிரிபூஷன் வரி.

இன்னொரு முக்கியமான காரணம், பல மண்டலங்கள் நம் நாட்டின் கடற்கரையோரப் பகுதிகளில் இல்லாமல் உள்பகுதிகள் உள்ளன. இதனால், உற்பத்தியாகும் பொருள்களை துறைமுகங் களுக்கு எடுத்துச் செல்வதே பெரும் செலவாக இருக்கிறது.

இன்னொரு பிரச்னை, ஒரு சில தொழிற்சாலைகளுக்கு மிகப்பெரும் அளவில் இடம் தேவைப்படுகிறது. அங்கே அத்தகைய இடம் கிடைப்பதில்லை. வேறு மாநிலங்களில் உபரி இடம் இருக்கிறது, ஆனால், அங்கே அத்தொழில்களை நடத்த முடியாத சூழ்நிலை.

இன்னொரு பிரச்னை, சிறப்புப் பொருளாதார மண்டலங்களுக்காக கையகப்படுத்தும் நிலம் பற்றிய தவறான கருத்து. ரியல் எஸ்டேட் துறைக்கு துணை செய்யும் விதமாகவே தேவைக்கு அதிகமாக நிலங்கள் அபகரிக்கப்படுவதாக குற்றச்சாட்டு எழுந்துள்ளது. இதனால், பல மாநில அரசுகள் தொழில் நிறுவனங்களுக்குத் தேவையான நிலத்தை கையகப்படுத்திக் கொடுப்பதில் தயக்கம் காட்டுகின்றன. மக்களுடைய, விவசாயிகளுடைய எதிர்ப்பை சம்பாதிப்பது, அவர்களது அரசியல் எதிர்காலத்துக்கே வேட்டு வைத்துவிடலாம் அல்லவா!

இதனால், உண்மையிலேயே நிலம் தேவைப்படும் தொழிற் சாலைகள் கூட, தங்கள் உற்பத்தியைத் தொடங்க முடியாமல் ஒதுங்கி நிற்கின்றன.

சர்வதேச ரீதியாகவும் பெரும் வளர்ச்சி இல்லாதது இன்னொரு காரணம். பல நாடுகள் இறக்குமதிகளைக் குறைத்துக்கொள்ளத் தொடங்கிவிட்டன. நம்மைவிட, பிலிப்பைன்ஸ், தென் கொரியா போன்ற பல தென்கிழக்கு ஆசிய நாடுகள் இன்னும் விலை மலிவாக பல பொருள்களை உற்பத்தி செய்து சப்ளை செய்யக் கூடிய நிலை ஏற்பட்டுள்ளது. விளைவு, போட்டியில் பின்தங்கிப் போய்விடுகிறோம்.

இந்நிலையில்தான், இன்னொரு கருத்து முன்வைக்கப்படுகிறது. வெளிநாட்டுச் சந்தையை மட்டும் எதிர்பார்த்துக்கொண்டு இராமல், சிறப்புப் பொருளாதார மண்டலங்களின் உற்பத்திகளை உள்நாட்டிலேயே விற்பனை செய்ய அனுமதிக்கலாமே! அனுமதிக்கலாம்தான். அங்கேயும் ஒரு இடறல். ஏற்கெனவே இந்தியா பல நாடுகளோடு சுதந்தர வர்த்தக ஒப்பந்தம் போட்டுக் கொண்டுள்ளது. அதன்மூலம் இறக்குமதியாகும் பொருள்களுக்கு வரிச் சலுகை உண்டு. விளைவு, சந்தையில் அதன் விலை மலிவு. அவற்றோடு போட்டியிடும் நிலை இவர்களுக்கு இல்லை என்பதே யதார்த்தம்.

வரிச் சலுகைகளையும் மானியங்களையும் வழங்கி, சிறப்புப் பொருளாதார மண்டலங்களில் தொழில் தொடங்குவதை கவர்ச்சிகரமாக்குவது மத்திய அரசின் பொறுப்பு. அதேபோல்,

அதனைச் சிறப்பாக பயன்படுத்தி, உற்பத்தியை ஊக்கப்படுத்த வேண்டியது மாநில அரசுகளின் கடமை. பல மாநில முதல்வர்கள் இத்தகைய வளர்ச்சிக்கு உறுதுணையாக இருப்பதைப் பார்க்கிறோம்.

இவ்வளவு வரிச்சலுகையா, அதில் ஏன் ஏற்றத்தாழ்வு, பாகுபாடு என்றெல்லாம் வைக்கப்படும் வாதங்கள் ஒருபுறம் இருந்தாலும், சிறப்புப் பொருளாதார மண்டலங்களின் மூலம் உருவாகும் வேலைவாய்ப்புகள் அதி முக்கியமானவை. உற்பத்தி பெருகினால் தான் வேலை பெருகும். வேலைவாய்ப்புகள்தான் பொருளாதாரம் தலைநிமிர மிகப்பெரிய வாய்ப்பு.

தொய்வுகளையும் தேக்கங்களையும் தாமதங்களையும் தள்ளி வைத்துவிட்டு, சிறப்புப் பொருளாதார மண்டலங்களை முடுக்கி விட வேண்டியது மத்திய அரசின் கடமை.

(3.07.2017)

10

ரயில்வே துறைக்கு பயணிகள் பலமா? பலவீனமா?

முதியவர்கள் ரயில் பயணம் செய்யும்போது, அவர்களுக்கு வழங்கப்படும் கட்டணச் சலுகையை விட்டுக்கொடுக்கலாம் என்ற கருத்தை ரயில்வே துறை அறிமுகப்படுத்தப் போகிறது. ஏற்கெனவே, எரிவாயு சிலிண்டர்களில் இப்படித்தான் மானியத்தை விட்டுக் கொடுக்கும் திட்டம் அறிமுகப்படுத்தப்பட்டது. இப்போது ரயில்வே துறை. இதை எப்படிப் புரிந்துகொள்வது? சலுகைகளை விட்டுக்கொடுத்தால் மட்டும் ரயில்வே துறை லாபகரமாக மாறிவிடுமா?

ஏழை, எளிய, மத்தியமர்கள் அதிகம் வசிக்கும் இந்தியாவில் ரயிலில் பயணம் செய்வது ஒன்றே ஓரளவுக்குக் கட்டுப்படியாகும். விமானமோ, பேருந்துகளோ போக முடியாத இடங்களில் கூட ரயில்கள் போய்ச் சேருவதால், அதற்கு என்று தனி மவுசு உண்டு. ரயில்வே துறையை ஒரு சேவைத் துறையாக பார்த்த நிலையிலிருந்து, அதனை ஒரு லாபகரமான துறையாக மாற்றவேண்டும் என்ற சிந்தனை கடந்த சில பத்தாண்டுகளாக ஏற்பட்ட ஒன்று.

ரயில்வே துறையின் லாபத்தை அளவிட, ஆபரேட்டிங் ரேஷியோ என்ற கணக்கீடு முறை பின்பற்றப்படுகிறது. அதாவது ஒரு நூறு ரூபாய் வருவாய் ஈட்டுவதற்கு எத்தனை ரூபாய் செலவிடப் படுகிறது என்பதே ஆபரேடிங் ரேஷியோ. இப்போதைய நிலையில் இந்திய ரயில்வே துறையின் ஆபரேட்டிங் ரேஷியோ

96.9. நூறு ரூபாய் வரவுக்கு, 96.9 ரூபாய் செலவிடப்படுகிறது. இது ஒட்டுமொத்த ரயில்வேதுறையின் நிலைமை.

செலவுகள் ஏன் இவ்வளவு அதிகம்?

இரண்டு காரணங்கள். ஒன்று ஏழாவது ஊதியக் குழுவின் பரிந்துரைப்படி பணியாளர்களுக்குச் சம்பளம் வழங்குவதால், செலவுகள் எகிறிவிட்டன. இரண்டாவது, சமூக நலனுக்காக, ரயில்வே துறை வழங்கும் பல சேவைகளில் உள்ள கட்டண மானியங்கள். மாணவர்கள், முதியவர்கள், தேசிய விளையாட்டு வீரர்கள், விருதுபெற்ற ராணுவ வீரர்கள், வீரமரணம் அடைந்த போர்வீரர்களின் மனைவிகள், மாற்றுத் திறனாளிகள், கேன்சர், டி.பி போன்ற கடுமையான நோயினால் பாதிக்கப்பட்டவர்கள், நிருபர்கள், ராணுவத்தினர் போன்றோருக்குக் கட்டணச் சலுகைகள் வழங்கப்படுகின்றன. அதேபோல், பல்வேறு ஊர் களுக்கு சரக்குகளை ஏற்றிச்செல்வதில் வழங்கப்படும் கட்டணச் சலுகைகள்.

இதனால்தான், ஒவ்வொரு ஆண்டும் சுமார் 30,000 கோடி அளவுக்கு நஷ்டம் என்று கணக்கிடப்படுகிறது. நஷ்டத்தைக் குறைக்கும் விதமாகவே, சலுகைக் கட்டணங்களை விட்டுக்கொடுங்கள் என்று நம் வீட்டு முதியவர்களை, ரயில்வே நிர்வாகம் கோருகிறது. அவர்கள் விட்டுக்கொடுத்தால் எவ்வளவு நஷ்டம் குறையும்? சுமார் 1,300 கோடி ரூபாய் மட்டுமே. இதில் எவ்வளவு வெற்றி கிட்டும் என்பது ஒருபுறம் இருக்கட்டும். முதலில், நஷ்டத்தைக் குறித்து ரயில்வே கொடுக்கும் கணக்கை விரிவாகப் புரிந்து கொள்வோம்.

இந்திய ரயில்வே துறையில் உள்ள பதினேழு மண்டலங்களில் 10 மண்டலங்கள் லாபம் ஈட்டுகின்றன. மிச்சமுள்ள மண்டலங்களில் தான் பயணிகள் எண்ணிக்கை அதிகம், அதனால், வருவாய் இழப்பு ஏற்படுகிறது. உதாரணமாக, வடகிழக்கு மண்டலத்தில் பயணிகள் எண்ணிக்கை அதிகம், சரக்குப் போக்குவரத்து குறைவு. அந்த மண்டலத்தில் ஆபரேட்டிங் ரேஷியோ 196.72. கிழக்கு மண்டலத்திலோ 180.6, கொல்கத்தா மெட்ரோவின் ஆபரேட்டிங் ரேஷியோ 237.8. பயணிகள் அதிகம் இல்லாத, சரக்குப் போக்குவரத்து அதிகம் உள்ள ஈஸ்ட் கோஸ்ட் ரயில்வே மண்டலத்தில் ஆபரேட்டிங் ரேஷியோ 50.56தான்.

இன்னும் கொஞ்சம் ஆழமாக இவ்விஷயத்தைப் பார்ப்போம். பயணிகள் சேவையில் முதல், இரண்டாம் வகுப்பு ஏ.சி.

கோச்சுகளில் நஷ்டம் ஏற்படுகின்றன. மூன்றாம் வகுப்பு ஏ.சி சேவை மட்டுமே லாபம் கிடைக்கிறது. இரண்டாம் வகுப்பு மற்றும் தூங்கும் வசதி கொண்ட கோச்சுகளில்தான் பயணிகள் அதிகம். அங்கேதான் கட்டணச் சலுகை அதிகம். அதனால் நஷ்டமும் அதிகம்.

இந்தியாவில் 16 சதவீத ரயில்களே, 60 சதவீத பயணிகளை ஏற்றிச் செல்கின்றன. மிச்சமுள்ள 40 சதவீத பயணிகளை 84 சதவீத ரயில்கள் ஏற்றிச் செல்கின்றன. அதாவது, தேவையான இடங்களில் போதுமான ரயில்கள் இல்லை என்பதே இதற்கு அர்த்தம். பயணிகள் நெரிசல் உள்ள மண்டலங்களில் இன்னும் கூடுதல் ரயில்வே பாதைகள் அமைக்கப்படவேண்டும். புதிய பாதைகளில் புதிய ரயில்கள் ஓடலாம். ஆனால், புதிய பாதைகளே போடப் படுவதில்லை என்று சொல்லிவிடலாம். இருக்கும் பழைய பாதைகளிலேயே பயணம் தொடர்கிறது. அதேபோல், பல பாதை களில் ரயில்கள் மின்மயமாக்கப்படலாம். ஆனால், இந்திய ரயில்களில் 42 சதவீதம் ரயில்களே மின்மயமாக்கப்பட்டுள்ளன. மின்மயத்தால், வேகம் கூடும், பயணநேரம் குறையும். கூடுதல் சேவைகளையும் அறிமுகப்படுத்த முடியும்.

மேலும் முதல் மற்றும் இரண்டாம் வகுப்பு ஏ.சி. பெட்டிகளை எல்லா ரயில்களிலும் இருந்து நீக்கிவிட்டு, மூன்றாம் வகுப்பு பெட்டிகளின் எண்ணிக்கையை அதிகப்படுத்தலாம். அதாவது, முதலிரண்டு வகுப்பு பெட்டிகளின் கட்டணங்கள் விமானக் கட்டணங்களுக்கு இணையாக இருப்பதால், அதனைப் பயன்படுத்துவோர் எண்ணிக்கை குறைவு. மூன்றாம் வகுப்பு ஏ.சி. பெட்டிகள், மக்களுடைய வாங்கு சக்திக்கு ஏற்ப இருப்பதால், அவை லாபம் ஈட்டுகின்றன. அதன் எண்ணிக்கையை அதிகப்படுத்துவதன் மூலம், நஷ்டத்தைக் குறைக்க முடியும்.

இன்னொரு முக்கியமான பிரச்னை, சிக்கனம். ரயில்வே துறை செலவுகளைப் பற்றி மட்டுமே பேசுகிறதே அன்றி, அதன் நிர்வாகத்திலும் இதர திறன்களை மேம்படுத்துவதிலும் கணினி மயப்படுத்துவதிலும் என்ன நடந்திருக்கிறது என்பதைத் தெரிவிப்ப தில்லை. உதாரணமாக, அதன் பணியாளர்கள் செயல்திறன் பற்றி எந்த ஒரு புள்ளிவிவரமும் இல்லை.

பொதுவாகவே உலகெங்கும் பயணிகள் சேவை வழங்கும் ரயில்வே துறைகளின் ஆபரேட்டிங் ரேஷியோ அதிகமாகவே உள்ளன. பிரான்ஸ், ஜப்பான், ஜெர்மனி ஆகிய நாடுகள் மட்டுமே சிறிதளவு லாபத்தோடு இயங்குகின்றன. இவையெல்லாம்

சலுகைகளைக் குறைத்ததால் அல்ல, சேவையின் தரத்தை, காலந்தவறாமையை உயர்த்தியதால், வெற்றி அடைந்துள்ளன.

அதிகளவிலான பயணிகள்தான் ரயில்வே துறையின் பலமும், பலவீனமும். இப்போது, அவர்களுக்கு வழங்கப்படும் சலுகை களை பலவீனமாகப் பார்ப்பது ஒன்றே இங்கே பிரச்னை. அவர்களையே எப்படி பலமாக மாற்ற முடியும் என்று யோசிப்பதே அக்கப்பூர்வமான அணுகுமுறையாக இருக்கும்.

(10.07.2017)

11

இந்தியாவில் வேலைவாய்ப்பு : நம்பிக்கை தரும் சர்வேக்கள்

நரேந்திர மோடி தலைமையிலான பா.ஜ.க. அரசு ஆட்சிக்கு வந்ததிலிருந்து வைக்கப்படும் விமரிசனங்களில் முக்கியமானது, வேலைவாய்ப்பு பெருகவில்லை என்பதுதான். சமீபத்தில் வெளியாகியுள்ள மூன்று தகவல்கள் நம்மை கொஞ்சம் நிம்மதியடைய வைக்கின்றன. ஆனால், அதிலிருந்து வேறு சில கவலைகள் எழுவதைத் தவிர்க்க முடியவில்லை.

2017 ஜூன் முடிவதற்குள் இந்தியாவிலுள்ள நிறுவனங்கள் எல்லாம் தம்மிடம் வேலைசெய்பவர்களுக்கு வருங்கால வைப்பு நிதி (பி.எஃப்) தொகையைச் செலுத்திவிடவேண்டும் அல்லது சட்ட ரீதியான நடவடிக்கையை எதிர்கொள்ள வேண்டியிருக்கும் என்ற மன்னிப்புத் திட்டத்தை அறிவித்தது மத்திய அரசு. சிக்கல்களைத் தவிர்க்க விரும்பிய நிறுவனங்கள் தாமாகவே முன்வந்து தம்மிடம் பணியாற்றும் பணியாளர்களின் விவரங்களை வழங்கியதோடு, வைப்பு நிதியையும் செலுத்தியுள்ளன. ஆச்சரியகரமான விவரம் இங்குதான் வெளிப்பட்டது.

அதாவது, ஜூன் இறுதியில் பி.எஃப். பிடித்தம் செய்யப்படும், முறையான வேலையில் இருப்பவர்களின் எண்ணிக்கை 3.8 கோடியிலிருந்து 26 சதவீதம் அதிகரித்து 4.81 கோடியாக உயர்ந்துள்ளது. கடந்த ஆறு மாதங்களில் மட்டும் சுமார் ஒரு கோடி பேர்கள், பி.எஃப். கணக்கில் சேர்க்கப்பட்டுள்ளனர். அதாவது, இவர்களெல்லாம் முன்னரே வேலையில்தான் இருந்தனர்,

ஆனால், அவர்களுக்கு பி.எஃப். பிடித்தம் செய்யப் படாமலிருந்தது. இப்போது அவர்களும் பி.எஃப் வளையத்துக்குள் வந்துள்ளதால், இரண்டு மூன்று நன்மைகள். ஒன்று, அவர்களுக்குச் சமூக ரீதியான பாதுகாப்பு கிடைக்க வாய்ப்பு. இரண்டு, இந்தியாவில் முறையான வேலைவாய்ப்புகளைப் பெற்றுள்ளவர்களின் உண்மையான எண்ணிக்கை படிப்படியாக வெளியே வரத் துவங்கியுள்ளது.

தொழிலாளர் நலத்துறையின் கணக்குப் படி, 2016ல் இந்தியாவில் சுமார் 47.5 கோடி பேர்கள் வேலை பார்க்கின்றனர். இதில் முறையான வேலைகளில் இருப்பவர்கள் பத்து சதவிகிதம் பேர்கள் மட்டுமே. இதுவும் தோராயமான கணக்குதானே அன்றி, துல்லிய மான எண் அல்ல. இன்னொரு துல்லியமற்ற கணக்கும் அவ்வப் போது தெரிவிக்கப்பட்டு வருவது கண்கூடு.

அதாவது, வேலைசெய்யத் தகுதியுள்ள 15 முதல் 59 வயது வரையுள்ளவர்கள் ஒவ்வொரு ஆண்டும் சுமார் 1.2 கோடி பேர் வேலைச் சந்தைக்கு வருகின்றனர் என்றொரு கணக்கு சொல்லப் படுகிறது. இந்த வயதிலுள்ள எல்லோருமே வேலை தேடுவதில்லை. சிலர் மேற்படிப்பு, சுயதொழில் என்று நகர்ந்துவிடுகிறார்கள். கிராமத்துப் பெண்கள் எல்லோரும் வேலைச் சந்தைக்கு வருவதில்லை. ஆக, இப்படிப்பட்ட விடுபடுதல்களை கணக்கில் எடுத்துக்கொண்டால், சுமார் 60 லட்சம் பேராவது ஒவ்வொரு ஆண்டும் வேலைதேடி வருகின்றனர்.

இதிலும் பெருமளவு நகரம் சார்ந்த வேலைகளுக்கே அதிகம் பேர் வந்துள்ளனர். சென்ற ஐக்கிய முற்போக்குக் கூட்டணி அரசாங்க காலத்திலேயே ஏராளமானோர் கிராமங்களில் வேலைவாய்ப்புகள் இல்லாததால், அருகில் உள்ள நகரங்களை நோக்கி இடம் பெயர்ந்துவிட்டார்கள். இப்போது நகரங்களில் போதுமான வேலைவாய்ப்புகள் உருவாக்கப்பட்டுள்ளனவா என்றுதான் பார்க்கவேண்டும்.

உருவாக்கப்பட்டுள்ளன என்கிறது 'இந்திய நுகர்வுப் பொருளாதாரத்துக்கான மக்கள் ஆய்வு மையம்' வெளியிட்டுள்ள ஆய்வறிக்கை. ஆனால், அந்த வேலைகள் எல்லாம் முறைசார்ந்த வேலைகள் அல்ல. அதாவது, எல்லாவகையான உரிமைகளுடன் கூடிய மாதாந்திர சம்பளம் வழங்கும் வழக்கமான உத்தியோகங்கள் அல்ல இவை. மாறாக ஒப்பந்தப் பணிகள் அல்லது அன்றாடக் கூலிகள். 2011-12 முதல் 2016 காலகட்டத்தில் முறையான சம்பளம

பெறும் வேலைகள் மிகப்பெரும் சரிவைச் சந்திக்க, சுயதொழில் செய்பவர்களின் எண்ணிக்கையும் பெருகவில்லை. மாறாக, ஒப்பந்தப் பணியாளர்களின் அளவே உயர்ந்துள்ளது. வேலையில் நிச்சயமின்மை இதன் உடன்பிறந்த சகோதரி.

முறைசாரா ஒப்பந்தப் பணியாளர்கள் விஷயத்தில் இன்னொரு போக்கும் அதிகமாகிவருகிறது. எந்தவிதமான எழுத்துபூர்வமான ஒப்பந்தமும் இல்லாமல் பணிக்கு அமர்த்தப்படுபவர்கள் சுமார் 71 சதவிகிதம். இந்தியாவில் மட்டுமல்ல, உலகெங்கும் இதுதான் நிலைமை. பணியாளர்களுக்கும் நிறுவனங்களுக்குமான உறவு தொடர்ந்து மாறிவருகிறது. எந்தவிதமான நிரந்தரப் பொறுப்பு களையும் நிர்வாகங்கள் ஏற்க விரும்புவதில்லை.

ஒவ்வொரு தனிநபரும் வேலைச் சந்தை கோரும் திறமைகளையும் தனித்துவங்களையும் வளர்த்துக்கொண்டு, தயாராக இருக்க வேண்டும். எப்போதெல்லாம் தேவை ஏற்படுகிறதோ, அங்கே வேலை செய்து சம்பாதித்துக்கொள்ளவேண்டும். கேட்கச் சிரமமாக இருந்தாலும் இதுதான் எதிர்காலம். இந்நிலையில், மத்திய அரசாங்கம், வேலை உத்தரவாதமுள்ள நிரந்தத்தன்மையுள்ள முறைசார்ந்த வேலைகளின் எண்ணிக்கையை உயர்த்தவேண்டும் என்ற கோரிக்கை எழுந்துவருகிறது. தனியார் துறையும் இதே போன்ற உத்தரவாதமுள்ள வேலைகளை உருவாக்கவேண்டும் என்ற எதிர்பார்ப்பும் அதிகமாகி வருகிறது. குறிப்பாக, தகவல் தொழில்நுட்பத் துறையில்.

உத்தரவாதம் தரமுடிகிறதோ இல்லையோ, குறைந்தபட்சம் வேலைகளின் எண்ணிக்கையை ஐ.டி. நிறுவனங்கள் பெருமளவு குறைக்கவில்லை என்பதுதான் மூன்றாவது நிம்மதியான செய்தி. ஜூன் மாதத்தோடு முடிந்த காலாண்டில், ஐ.டி. நிறுவனங்கள் வெளியிட்டுள்ள தகவல்களைப் பார்க்கும்போது இது உறுதியாகிறது. டி.சி.எஸ்.ஸும் இன்போசிஸ்ஸும் உலகெங்கும் சுமார் 6 லட்சம் பேருக்கு வேலை கொடுத்துள்ளன. மார்ச் மாத இறுதியில் 5,87,587 ஆக இருந்த பணியாளர் எண்ணிக்கை ஜூன் மாத இறுதியில் சற்றே சரிந்து 5,84,362 என்ற அளவுக்கு வந்திருக்கிறது.

புதிய ஆள்சேர்ப்பு தள்ளிவைக்கப்பட்டுள்ளது என்பதோடு, பயிற்சி பொறியியலாளர்களின் எண்ணிக்கையும் பெருமளவு குறைக்கப் பட்டுள்ளது. புதிய வேலைகள் உருவாவது ஒருபக்கம் எவ்வளவு முக்கியமோ, பழைய வேலைகள் பறிபோகாமல் காப்பாற்றப் படுவதும் முக்கியமானதே.

இந்த இடத்தில்தான் அரசின் கொள்கை ரீதியான தலையீடு முக்கியத்துவம் பெறுகிறது. நிதி ஆயோக் துணைத் தலைவர் அரவிந்த் பனகரியா தலைமையில் அமைக்கப்பட்ட குழு, வேலை வாய்ப்புகளை எப்படிச் சீராக, துல்லியமாகக் கணக்கிடுவது என்பது பற்றிய தமது ஆலோசனைகளை வெளியிட்டுள்ளது. அதில், தொடர்ச்சியான பல்வேறு சர்வேக்கள், அரசுத் துறையில் ஏதேனும் ஒருவகையில் பதிவு செய்துகொண்டவர்களின் விவரங்கள் ஒருங்கிணைக்கப்படுவது போன்ற ஆலோசனைகள் தெரிவிக்கப் பட்டுள்ளன.

சர்வேக்கள் வெறும் கண்ணாடிகள்தாம். எதிரில் இருப்பவரின் புறத்தோற்றத்தைப் பிரதிபலிப்பதுதான் கண்ணாடி. ஆனால், கண்ணாடியை வைத்துக்கொண்டு அதன் எதிரேயுள்ள மனிதனின் ஆரோக்கியத்தை, எதிர்பார்ப்புகளை, அகத்தேவைகளைப் புரிந்து கொள்ள முடியாது. அதற்குத் தேவை அக்கறையுள்ள அணுகுமுறை. வேலைவாய்ப்புகளின் எண்ணிக்கை பெருக, இளைஞர்கள் மத்திய, மாநில அரசுகளிடம் எதிர்பார்ப்பது இத்தகைய அக்கறையைத்தான்.

(17.07.2017)

12

எப்போது திரும்பிவரும் 2 லட்சம் கோடி?

வங்கிகளின் வாராக்கடனை வசூல் செய்ய வந்திருக்கும் வலிமை யான ஆயுதம்தான் புதிய திவால் சட்டம். பன்னிரெண்டு பெரிய நிறுவனங்கள்மீது சட்ட ரீதியாக எடுக்கப்பட்டுள்ள நடவடிக்கை யினால், சுமார் இரண்டு லட்சம் கோடி ரூபாய் திரும்பவரும் என்று எதிர்பார்க்கப்படுகிறது. அவ்வளவும் திரும்பி வருமா?

வங்கிகளின் வாராக்கடன் பிரச்னை, பெரிய தலைவலி. பொதுத்துறை வங்கிகளும் தனியார் வங்கிகளும் என்னதான் லாபம் சம்பாதித்தாலும், ஏற்கெனவே கொடுத்து, திரும்பவராமல் போன தொகை, அவற்றின் ஒட்டுமொத்த வலிமையைச் சிதைக்கின்றன. பல வங்கிகள், வாராக்கடன்களைச் சீர்செய்ய பல முயற்சிகளை மேற்கொண்டன. குறிப்பாக, கடனைத் திருப்பித் தரவேண்டிய காலத்தை 20 - 25 ஆண்டுகள் வரை நீட்டித்துக் கொடுத்தன. புதிய கடன்களின் மூலம், பல நிறுவனங்களை இயங்கச் செய்து அதன்மூலம், வருவாய் ஈட்டி, பழைய கடன்களை பைசல் செய்ய வாய்ப்பு அளித்தன. இவையெதுவுமே பயன் தரவில்லை.

இந்நிலையில்தான், புதிய திவால் சட்டம் அமலுக்கு வந்தது. கூடவே, மத்திய அரசு, கடனைத் திரும்பச் செலுத்தாத நிறுவனங்கள்மீது உறுதியான நடவடிக்கைகளை மேற்கொள்வதற்கு மத்திய ரிசர்வ் வங்கிக்கு அனுமதியும் வழங்கியது. விளைவு, கடன்களைக் கட்டாத 500 நிறுவனங்களை ஆர்.பி.ஐ. ஆய்வுக்குட் படுத்தி, அதில் முதல் பன்னிரெண்டு நிறுவனங்களின் பட்டியலை வெளியிட்டது. இவர்கள் எல்லோரும் ரூ. 5000 கோடிக்கு மேல்

கடன் பெற்றவர்கள். அதில் 60 சதவீதம் வரை வாராக்கடன்களாக மாறிவிட்டவை. மிச்சமுள்ள 488 நிறுவனங்களிடமிருந்து அடுத்த ஆறு மாதங்களுக்குள் கடனை வசூல்செய்யவேண்டும். திரும்பப் பெற முடியவில்லை என்றால், அவையும் திவால் சட்டத்தின்கீழ் கொண்டுவரப்படும்.

தேசிய நிறுவன சட்ட தீர்ப்பாயம்தான் (நேஷனல் கம்பனி லா டிரிபியூனல்) பன்னிரெண்டு நிறுவனங்களின் தலையெழுத்தை நிர்ணயிக்கப் போகும் இடம். வழக்கு பதிந்த பதினான்கு நாட்களுக்குள், குறிப்பிட்ட நிறுவனத்தின்மீது திவால் நடவடிக்கையை மேற்கொள்ள அனுமதி வழங்கும் முடிவைத் தீர்ப்பாயம் எடுக்கும். அனுமதிக்கப்பட்டால், திவால் நடவடிக்கையை மேற்கொள்ளும் அலுவலரை தீர்ப்பாயம் நியமித்து, 180 நாட்களுக்குள், அதற்கான திட்டத்தை வழங்கச் சொல்லும். தேவைப்பட்டால் கூடுதலாக 90 நாட்களும் வழங்கப்படும். 270 நாட்களில், குறிப்பிட்ட நிறுவனங்களின் நிர்வாகக் குழு இயங்க முடியாது.

இந்தக் காலகட்டத்துக்குள், பாதிக்கப்பட்ட நிறுவனத்தை வேறொருவரோ, வேறு குழுமமோ வாங்குவதற்கு ஏதுவான திட்டத்தைத் தயாரித்து வழங்கவேண்டும். 270 நாட்களுக்குள் திட்டம் ஏதும் உருவாகவில்லை என்றால், அந்த நிறுவனத்தின் சொத்துகளை ஏலத்துக்குக் கொண்டுவருவதைத் தவிர வேறு வழியில்லை.

பிரச்னைக்கு வருவோம். எங்களை மட்டும் ஏன் தனிமைப்படுத்தி, நடவடிக்கை எடுக்கவேண்டும் என்று பாதிக்கப்பட்ட நிறுவனங்கள் நீதிமன்றங்களை அணுகின. ஆனால், அவை நிராகரிக்கப்பட்டன என்பது நல்ல செய்தி. அதேசமயம், வேறு சில முக்கியமான கேள்விகள்தான், திவால் நடைமுறையைச் சிக்கலாக்குகின்றன.

முதல் விஷயம், பாதிக்கப்பட்ட நிறுவனங்களை யார் வாங்குவதற்கு முன்வருவார்கள்? அவை ஏற்கெனவே நஷ்டமான நிறுவனங்கள். அதன்மீது இருக்கும் கடன்களோ எக்கச்சக்கம். வாங்குபவர் களுக்குச் சாதகமாக, வங்கிகள் இந்தக் கடன்களில் ஒரு பகுதியையோ, வட்டியையோ தள்ளுபடி செய்து தரவேண்டும். இதைத்தான் ஆங்கிலத்தில் மிகவும் நாசூக்காக 'ஹேர்கட்' என்று குறிப்பிடுகிறார்கள். இந்த முடி திருத்தத்துக்கு வங்கிகள் தயாரா? எவ்வளவு தூரம் தள்ளுபடி செய்யமுடியும்?

தள்ளுபடி செய்யப்படும் தொகையைச் சமாளிக்க, இந்திய வங்கிகள் சுமார் 18,000 கோடியையேனும் ஒதுக்கிவைக்கவேண்டும்

என்று ஒரு ஆய்வுநிறுவனம் கணித்திருக்கிறது. இன்னொரு கணக்கும் சொல்லப்படுகிறது. ரூபாய்க்கு 60 பைசா திரும்பி வந்தாலே போதும். நாற்பது பைசாவை விட்டுக்கொடுப்பதில் தவறில்லை. விஜய் மல்யா, தமது மொத்த கடனில் சுமார் 6,000 கோடியைக் கட்டுகிறேன் என்று தெரிவித்தபோது, இந்திய வங்கிகள் முறுக்கிக்கொண்டன. மொத்த தொகையையும் கட்டினால்தான் ஆச்சு என்று அடம்பிடித்தன. ஒன்றுமே கட்டாமல் அவர் வெளிநாடு போனதுதான் நிகர லாபம். ஆக, கிடைக்கும் வரை லாபம் என்று வங்கிகள் நடந்துகொள்ளவேண்டும் என்பது சமீபத்திய சிந்தனை.

இன்னொரு தகவலோடு இணைத்துப் பார்த்தால்தான் இதன் அர்த்தம் இன்னும் தெளிவாகத் தெரியும். உலக நாடுகள் பலவற்றிலும் திவால் சட்டம் உண்டு. திவால் நடவடிக்கை நிறைவுபெற்று தீர்வு காண எவ்வளவு காலம் ஆகும் என்பதைப் பற்றிய கணிப்பை உலக வங்கி வெளியிட்டுள்ளது. அதன்படி, சிங்கப்பூரில் பத்து மாதங்களில் நடவடிக்கைகள் நிறைவுபெற, பிரிட்டனிலோ ஒரு வருடம் ஆகிறது. சீனாவில் சுமார் இரண்டு ஆண்டுகள் ஆக, இந்தியாவிலோ 4.3 ஆண்டுகள் ஆகின்றன! மேலும், இதுவரை, ரூபாய்க்கு 25.7 பைசாதான் திரும்ப வந்திருக்கிறது. இதனோடு ஒப்பிடும்போது 60 பைசா பெரிய தொகைதானே? என்று வாதம் வைக்கப்படுகிறது.

இன்னொரு பெரிய பிரச்னை, நிறுவனங்களின் மதிப்பைக் கணக்கிடுவது. அதற்கு நிர்வாகக் குழுவினரும், உள்ளே இருக்கும் பணியாளர்களும் திவால் குழுவினருக்கு உதவவேண்டும். இது இணக்கமாக நடைபெறும் என்பதற்கு உத்தரவாதமில்லை. இதனால், நிறுவனத்தின் மதிப்பைக் கணக்கிடுவதில் குழப்பம் ஏற்படலாம். மேலும், திவால் குழுவினர், முற்றிலும் வெளியிலிருந்து வரும் துறை சார்ந்த வல்லுநர்கள். அவர்களால் வங்கிகளும் நிறுவனங்களும் ஏற்கும் ஒரு சமரசத் திட்டத்தை வகுத்துத் தரமுடியுமா என்பது இன்னும் கேள்வியாகவே இருக்கிறது.

பெரிய நிறுவனங்கள் இப்படிப்பட்ட பிரச்னைகளைச் சந்தித்துக் கொண்டு இருக்க, சிறு மற்றும் குறுந்தொழில்களும் வங்கிக் கடன்களைக் கட்டாமல் திவால் நடவடிக்கைக்கு உள்ளாகி வருகின்றன. அது அடுத்தொரு பெரிய கதையாகத் தொடரப் போகிறது. வங்கிகளைப் பொறுத்தவரை, கொடுத்த கடன்களை முடிந்தவரை மீட்கவேண்டும் என்று முயற்சி செய்கின்றன.

இதிலிருந்து திரும்ப வரக்கூடிய தொகை மிகவும் குறைவாக இருந்தால், ஆச்சரியப்படுவதற்கில்லை. ஆனால், வங்கிக் கடனைத் திரும்பச் செலுத்தாவிட்டால் நடவடிக்கையே இராது, தப்பித்துவிடலாம் என்று நம்பும் நிறுவனங்களுக்கு இத்தகைய முயற்சிகள் ஒரு எச்சரிக்கை மணியாகவே இருக்கும்.

(24.07.2017)

13

வரி ஏய்ப்போரைக் கண்டுபிடிக்க இதுவா வழி?

புதிதாக வாங்கிய காருடன் போட்டோ எடுத்துக்கொண்டு, முகநூலில் பதிவிடுபவரா நீங்கள்? வெளிநாட்டுப் பயணம் மேற்கொண்டு, அங்கே எடுக்கப்பட்ட புகைப்படங்களை இன்ஸ்டாகிராமில் பதிவேற்றுவீர்களா? புதிய நகைகள், வசதிகளைப் பற்றி சமூக ஊடகங்களில் பெருமை பேசுவீர்களா? ஜாக்கிரதை, உங்களை வருமான வரித்துறையின் வேவுக் கண் பார்த்துக் கொண்டிருக்கிறது.

ஆம், மத்திய அரசு மேற்கொண்டிருக்கும் அடுத்த அதிரடி இதுதான். பொதுவாக இந்தியாவில் நேரடி வரி செலுத்துபவர்களின் எண்ணிக்கை மிகவும் குறைவு. மொத்தமுள்ள 125 கோடி பேர்களில், 4 சதவீதம் பேர் மட்டும் வரி செலுத்துகின்றனர். அதாவது 78 லட்சம் பேர் மட்டுமே ரூ. 5 லட்சத்துக்கு மேல் வருவாய் ஈட்டுவதாக காண்பித்துள்ளனர். இதிலும் 61 லட்சம் பேர் மாதச் சம்பளக்காரர்கள். சரக்கு மற்றும் சேவை வரியை அமல்படுத்துவதன் மூலம், மறைமுக வரி செலுத்துவோரின் எண்ணிக்கையைப் பலமடங்கு அதிகரிப்பதோடு, வரிவரு வாயையும் உயர்த்த முடியும் என்பது மத்திய அரசின் எண்ணம்.

இதெல்லாவற்றைவிட, வரி ஏய்ப்போர் எண்ணிக்கை மிக அதிகம் என்று கருத்து நிலவுகிறது. இதற்கு ஒரு கணக்கு பின்பற்றப் படுகிறது. மொத்த உள்நாட்டு உற்பத்தியோடு, செலுத்தப்பட்ட வரியை ஒப்பிடும் விகிதமே அந்தக் கணக்கு. மொத்த உள்நாட்டு

உற்பத்தி சுமார் 122 லட்சம் கோடி ரூபாய்; ஆனால், திரட்டப்பட்ட வரி வருவாயோ 16.97 லட்சம் கோடி. சுமார் 16.6 சதவீதம். பிற வளர்ந்த நாடுகளில் இந்த விகிதம் மிக அதிகமாக உள்ளது. சீனாவில் 19 சதவீதம், பிரேசிலில் 35 சதவீதம், ரஷ்யாவில் 19.5 சதவீதம், அமெரிக்காவிலோ 35 சதவீதம். பொருளாதாரக் கூட்டமைப்பு மற்றும் வளர்ச்சிக்கான அமைப்பைச் (ஓ.இ.சி.டி.) சேர்ந்த 21 நாடுகளுடன் ஒப்பிடும்போதும் நமது விகிதம் குறைவானதே.

இந்தச் சூழ்நிலையில், நமது வரி வருவாயை உயர்த்த மத்திய அரசு கொண்டு வரவிருக்கும் திட்டத்துக்குப் பெயர் 'பிராஜ்கட் இன்சைட்'. சுமார் ஆயிரம் கோடி ரூபாய் செலவில் 7 ஆண்டுகளாக நடைபெற்றுவந்த பின்னணி தகவல் சேகரிப்பு நடைமுறை இது. அதன்படி, மக்களின் பல்வேறு தகவல்கள் சேகரிக்கப்பட்டு ஒருங்கிணைக்கப்படுகின்றன. உதாரணமாக, அவர்களுடைய கடன் அட்டை, பற்று அட்டை, இணைய வணிகம், மளிகை சாமான்கள் வாங்குவது, ஆடம்பரப் பொருள்கள் வாங்குவது, வெளிநாட்டுப் பயணம் என்று அனைத்துத் தகவல்களும் திரட்டப் படுகின்றன. பின்னர், தனிநபர்களோ, நிறுவனங்களோ, தங்கள் வருமான வரியைச் செலுத்தும்போது, சந்தேகத்துக்கிடமான வகையில், அவர்கள் தங்கள் வரவுகளைக் குறைத்துக் காண்பித்தால், வரித்துறை உஷாராகிவிடும். உடனே கிடுக்கிப்பிடிதான். வரி ஏய்ப்போருக்கும் நிச்சயம் சிம்ம சொப்பனம்தான் என்பதில் சந்தேகமில்லை. இதேபோன்ற திட்டம் இங்கிலாந்தில் 'கனெக்ட்' என்ற பெயரில் நடைமுறையில் இருக்க, மற்ற நாடுகளும் இதனைப் பின்பற்றுகின்றன. எல்லோருக்கும் வரி வருவாய் உயர்ந்திருக்கிறது என்பதுதான் இந்தியாவின் நப்பாசையைத் தூண்டிவிட்டிருக்கிறது.

ஆனால், அடிப்படையான சில கேள்விகள் இங்கே தொக்கி நிற்கின்றன. ஜி.டி.பி.க்கும் வரிவருவாய்க்கும் இடையிலான விகிதத்தை எப்படிப் புரிந்துகொள்ளவேண்டும்? இதற்கு இந்தியா மற்றும் ஓ.இ.சி.டி. நாடுகளின் கடந்த 50 ஆண்டு வளர்ச்சியை ஒப்பிட்டுப் பார்க்கவேண்டும். ஓ.இ.சி.டி. நாடுகள் என்பவை பொருளாதாரத்தில் ஏற்கெனவே வளர்ந்த நாடுகள். அவற்றின் ஜி.டி.பி. - வரி வருவாய் விகிதம் அதிகமாக இருப்பதில் ஆச்சரியமில்லை. அதனை நம் இந்தியாவுக்கான அளவுகோலாக வைப்பதில்தான் தவறு இருக்கிறது.

இதற்குப் பதில் நம்முடைய ஜி.டி.பி. எவ்வளவு வேகமாக வளர்ந்துள்ளது என்பதைக் கணக்கில் எடுத்துக்கொள்வதே சரி. 1965

முதல் 1990 வரையான முதல் 25 ஆண்டுகளில் ஜி.டி.பி. - வரி வருவாய் விகிதம் 10 முதல் 16 சதவிகிதம் வரை உயர்ந்தபோது, நமது ஜி.டி.பி. 2.8 மடங்கு வளர்ந்தது. 1990 முதல் 2014 வரையான காலகட்டத்தில் ஜி.டி.பி. - வரி வருவாய் விகிதம் சராசரியாக 16 முதல் 17 சதவீதமாக நிலைபெற்றுவிட்டது. ஆனால், ஜி.டி.பி.யோ இக்காலகட்டத்தில் 4.5 மடங்கு வளர்ந்துள்ளது. வரி வருவாய்க் கான சதவிகிதம் அதேஅளவு இருந்தாலும் நிச்சயம் திரட்டப்பட்ட தொகை அதிகமாகத்தான் இருக்கவேண்டும்?

வரி வருவாயில் நேர்முக வரி, மறைமுக வரி இரண்டும் உண்டு. இந்தியாவில் இவ்விரண்டு வரிகளின் விகிதம் தோராயமாக 35:65. இது ஐம்பது ஆண்டுகளுக்கு முன்பு 13:87 என்ற விகிதத்தில் இருந்தது. அங்கிருந்துதான் படிப்படியாக 35:65 ஆகியுள்ளது. ஓ.இ.சி.டி நாடுகளில் (அதாவது வளர்ந்த பொருளாதார நாடுகளில்) இந்த விகிதம் 67:33. 67 சதவிகிதம் என்பது நேர்முக வரி. இந்தியாவும் இதுபோன்று நேர்முக வரி வருவாயை அதிகரிக்கவேண்டும் என்று முயற்சி எடுப்பதன் தொடர்ச்சியே முகநூலையும் இன்ஸ்டாகிராமையும் துழாவுவதில் வந்து முடிந்திருக்கிறது.

வரி ஏய்ப்போரைக் கண்டுபிடிப்பதற்கு இது வழியல்ல. பெருநிறுவனங்களுக்குக் கொடுக்கப்படும் வரிச் சலுகைகளைக் கட்டுப்படுத்தி, மானியங்களை நெறிப்படுத்தி, செலவுகளைக் குறைத்து, சிக்கனத்தை அதிகப்படுத்தி, நிர்வாகத்தை மேம்படுத்துவதே சரியான தீர்வு.

(31.07.2017)

14

வட்டி விகித குறைப்பு : யானை பசிக்குச் சோளப் பொறி?

நோய்க்கான மருந்தை துளித்துளியாக கொடுப்பது சரியா? வலிமையான மருந்தைக் கொடுத்து உடனடியாக மீட்பது சரியா? நோயின் தன்மையைப் பொறுத்து, மருத்துவர்கள் இந்த முடிவை எடுக்கக்கூடும். பொருளாதாரம் குணமாக ஹெவி டோஸேஜ் தான் தேவை; ஆனால், சமீபத்திய ரீபோ வட்டி குறைப்போ, ரொம்ப சாதா டோஸேஜ் என்பது நிபுணர்களின் கருத்து.

மத்திய ரிசர்வ் வங்கி, வங்கிகளுக்குத் தரும் கடன் தொகைக்கான வட்டி விகிதத்தை 6.25 சதவிகிதத்தில் இருந்து 6 சதவிகிதமாக சமீபத்தில் குறைத்தது. இதனால், வீட்டுக்கடன், வாகனக் கடன்களுக்கான வட்டிவிகிதங்கள் குறையக்கூடும் என்பது எதிர்பார்ப்பு. ஆனால், பாரத ஸ்டேட் வங்கியின் தலைவர் அருந்ததி பட்டாச்சாரியாவோ, வட்டி விகிதங்கள் குறையாது என்று சொல்லிவிட்டார். எஸ்.பி.ஐ. இன்னும் ஒரு படி முன்னேறி, வழக்கமான சேமிப்புக் கணக்குகளுக்கு வழங்கப்பட்ட 4 சதவிகித வட்டியையும் 3.55 சதவிகிதமாக குறைத்துவிட்டது. மற்ற வங்கிகளும் இதனைப் பின்பற்றப் போவது உறுதி.

இதனால், வழக்கமான வைப்பு நிதிக்கான வட்டி விகிதங்கள் குறையும். ஓய்வூதியர்களும், முதியவர்களும் நம்பியிருப்பது வைப்பு நிதியைத்தான். அவர்களுக்கு இது பெரிய இடி. வட்டி விகிதங்கள் குறைவதன் காரணமாக, மக்கள் பங்குச் சந்தை,

பரஸ்பர நிதி ஆகியவற்றை நோக்கி நகர்வார்கள் என்பது கணிப்பு. பாதுகாப்பான முதலீடுகளை மட்டுமே நம்பும் போக்கு இந்தியாவில் அதிகம். ரிஸ்க் எடுக்க ஒய்வூதியவர்கள் ரொம்பவே தயங்குவார்கள்.

இன்னும் இரண்டு விஷயங்கள் முக்கியமானவை. ரிசர்வ் வங்கி ஆளுநராக இருந்த ரகுராம் ராஜனும் சரி, இப்போதைய ஆளுநர் உர்ஜித் படேலும் சரி, ஒரு குறையைச் சுட்டிக்காட்டுகிறார்கள். வட்டிவிகிதங்கள் குறைக்கப்பட்டால், அதன் பலன் வாடிக்கை யாளர்களுக்கு முழுமையாகப் போய்ச் சேருவதில்லை என்பதே அவர்களுடைய குற்றச்சாட்டு. போட்டிகள் மிகுந்த துறையான வீட்டுக் கடன், வாகனக் கடன்களில் மட்டும் வட்டி விகிதங்கள் குறைக்கப்படுகின்றன. முன்பு பேஸ் ரேட் என்ற நிலையிலிருந்து மாறி, எம்.சி.எல்.ஆர். என்ற அடிப்படையை ஒட்டி, வீட்டுக் கடனுக்கான வட்டி விகிதம் நிர்ணயிக்கப்பட்டது. எம்.சி.எல்.ஆர். நடைமுறையின் மூலமும் பயனர்களுக்கு உரிய பயன் போய்ச் சேரவில்லை, அதனால், இதனையும் மறுபரிசீலனை செய்ய வேண்டும் என்பது உர்ஜித் படேலின் கருத்து.

பத்தாண்டுகளுக்கு முன்பு, நிலையான வட்டி, மாறுபடும் வட்டி என்று இரண்டு விகிதங்கள் இருந்தன. 2006 சமயத்தில், வட்டி விகிதங்கள் கடுமையாகக் குறைந்தன. நிலையான வட்டி 7 சதவிகிதம் அளவுக்கு வீழ்ந்தது. மாறுபடும் வட்டி விகிதம் இதற்கும் கீழ். பலரும் தைரியமாக வீடுகள் வாங்க முடிந்தது. அதைவிட, மாறுபடும் வட்டி விகிதத்திலிருந்து நிலையான வட்டி விகிதத்துக்கு மாறிக்கொண்டு, விரைவில் கடனை அடைத்தவர் களும் உண்டு. தற்போது, நிலையான வட்டி விகிதத்தை எந்த வங்கியும் தருவதில்லை. தந்தாலும், அது மிக மிக அதிக வட்டி. வாழ்க்கை முழுவதும் வட்டிக் கட்டிக்கொண்டு வாழுவதற்கு இந்தியர்கள் என்ன அமெரிக்கர்களா? மாறுபடும் வட்டியின் பல்வேறு கோர முகங்கள்தான் பேஸ் ரேட் என்பதும், எம்.சி.எல்.ஆர். என்பதும். நீண்டகால அளவில் வங்கிகள் லாபம் ஈட்டுவதற்குப் போடப்பட்ட தூண்டில் இது.

ரிசர்வ் வங்கி குறைத்துள்ள வட்டி விகிதத்தினால், தொழில் வளர்ச்சி உயருமா? வருவாய் பெருகுமா? இங்கேதான் சிக்கலே. மிகப்பெரும் நிறுவனங்கள், கடன் பெற வங்கிகளுக்கு வருவதில்லை. தனியார் முதலீட்டாளர்களிடமிருந்து வங்கி தரும் வட்டியையிடக் குறைவான வட்டியில் கடன் பெற முடியும். வங்கிக் கடனை நம்பியிருப்பவை சிறு மற்றும்

குறுந்தொழில்களே. இவற்றால் கடன்களை ஒழுங்காக திருப்பிச் செலுத்த முடியவில்லை. விளைவு, வங்கிகள் கடன் கொடுக்க ரொம்பவும் தயங்குகின்றன. ஏற்கெனவே வாராக்கடன் சுமை தோளை அழுத்தும்போது, ரிஸ்க் எடுக்க எந்த வங்கியும் முன்வராது.

அப்படியானால், வட்டிவிகிதக் குறைப்பால் பலனே இல்லையா? சரியான நேரத்தில் போதுமான அளவு செய்திருந்தால், பயன் இருந்திருக்கும். அதாவது, முன்பு, ரிசர்வ் வங்கி ஆளுநர், ஆலோசகர்களோடு கலந்தாலோசித்து, வட்டி விகிதங்களைக் குறைப்பார். இதன்பின்னர், 6 பேர் கொண்ட நிதிக் கொள்கை குழு அமைக்கப்பட்டது. அவர்கள் இரண்டு மாதங்களுக்கு ஒருமுறை சந்தித்து நாட்டிலுள்ள பணவீக்கத்தைக் கட்டுக்குள் கொண்டுவரும் விதத்தில் வட்டி விகிதங்களை மாற்றி அமைப்பார்கள்.

2016 அக்டோபரில் நடைபெற்ற நிதிக் கொள்கைக் குழு சந்திப்பில் ரீப்போ விகிதம் 6.25 சதவிகிதமாக குறைக்கப்பட்டது. பத்து மாதங்கள் கழித்து ஆகஸ்ட் 2017ல்தான் அடுத்த கால் சதவிகித வட்டி விகித குறைப்பு. இந்த ஓராண்டில் ஏற்பட்டுள்ள முக்கிய மாற்றங்கள் இவை: நுகர்வோர் பணவீக்கம் படிப்படியாக குறைந்து தற்போது 1.54 சதவிகிதமாக உள்ளது. தொழில் உற்பத்தி வளர்ச்சி 1.7 சதவிகிதமாக சரிந்துள்ளது. பணவீக்கத்தைக் குறைப்பதில் மட்டுமே கவனம் செலுத்தப்பட்டதால், தொழில் உற்பத்தி வளர்ச்சி புறக்கணிக்கப்பட்டதோ என்ற அச்சம் எழுப்பப்படுகிறது.

2017 பிப்ரவரி, ஏப்ரல், ஜூன் மாதங்களில் நடைபெற்ற சந்திப்புகளிலேயே வட்டி விகித குறைப்பு நடந்திருக்குமானால், அன்றே கடனுக்கான வட்டிவிகிதம் இன்னும் குறைந்திருக்கும். வளர்ச்சியும் பெருகியிருக்கும். தற்போது குறைக்கப்பட்டுள்ள கால் சதவிகிதம், யானைப் பசிக்கு சோளப் பொறி. அரை சதமோ, முக்கால் சதமோ குறைக்கப்பட்டிருந்தால், கடன் பெறுவோருக்கு பெரும் ஊக்கமாக இருந்திருக்கும். இத்தனை மாதங்கள் சிரமங்களிலேயே கழிந்த பின்னர், தொழில் துறையினரிடையே பெரிய ஆர்வமில்லை. புதிய கடன்களைப் பெற்று, தொழிலில் முதலீடு செய்யும் வேகம் சுணங்கிவிட்டது.

அடுத்த நிதிக் கொள்கைக் குழுவின் சந்திப்பிலாவது பெரும் வட்டிக் குறைப்பு இருக்குமானால், அது தொழில்துறையினரை குதிரைப்பாய்ச்சலுக்குத் தயார் செய்யும். செய்யுமா மத்திய ரிசர்வ் வங்கி?

(7.08.2017)

15

ஒட்டையே, உன் பெயர்தான் செபியோ?

*க*றுப்புப் பணத்தைப் பதுக்க உதவியதாக கருதப்படும் 331 போலி நிறுவனங்களின் (ஷெல் நிறுவனங்கள்) பங்கு வர்த்தகத்தைக் கண்காணிக்குமாறு, பங்குச் சந்தைகளுக்கு உஷார் அறிக்கை அனுப்பியது இந்திய பங்கு மற்றும் பரிவர்த்தனை வாரியம் (செபி). முதலீட்டாளர்களுக்கு அதிர்ச்சி. இத்தனை சட்டங்களும் கட்டுப்பாடுகளும் இருக்கும்போதே, பங்குச் சந்தைகளில் ஷெல் நிறுவனங்கள் எப்படி ஊடுருவ முடிந்தது?

ஷெல் நிறுவனங்கள் என்பவை நேரடியாக தொழில் நடவடிக்கை எவற்றிலும் ஈடுபடாதவை. அவை வேறு பெரிய நிறுவனங்களின் அரவணைப்பில், ஒட்டுண்ணியாக வாழ்பவை. பெரிய நிறுவனங்கள் ஈட்டும் லாபத்தையோ, வருவாயையோ வரி கட்டாமல் மடை மாற்றிவிடவும் இவை பயன்படும். இப்படிப் பட்ட ஷெல் நிறுவனங்கள் ஏராளமாக பெருகிவிட்டன; அவைதான் பண மதிப்பழிப்பு நடவடிக்கையின்போது, பழைய பணத்தை மாற்ற பயன்பட்டன என்று குற்றம் சாட்டினார் பிரதமர் நரேந்திர மோடி. நிறுவனங்களாக பதிவுசெய்துகொண்டு, கடந்த இரண்டு ஆண்டுகளாக எந்தவிதமான உற்பத்தி நடவடிக்கைகளிலும் ஈடுபடாத சுமார் 1.62 லட்சம் நிறுவனங்களை இனங்கண்டு, நீக்கும் முயற்சியும் முடுக்கிவிடப்பட்டது. கூடவே, ஷெல் நிறுவனங் களைக் கண்டுபிடிக்கும் வேலையும் தொடங்கியது.

அதன் தொடர்ச்சியாகவே, 331 நிறுவனங்களின் பட்டியலை செபி, மும்பை மற்றும் தேசிய பங்குச் சந்தைகளுக்கு வழங்கியது. இந்தப் பட்டியலை கம்பெனி விவகாரங்களுக்கான துறை, செபிக்கு அனுப்பிவைத்தது. இந்த 331 நிறுவனங்களில், 162 நிறுவனங்கள் மும்பை பங்குச் சந்தையில் வர்த்தகமாகி வருபவை; 48 நிறுவனங்கள் தேசிய பங்குச் சந்தையிலும் பங்கு வர்த்தகத்தில் ஈடுபடுபவை.

தங்கள்மீது எப்படி நடவடிக்கை எடுக்கலாம்? அதற்கான அடிப்படை முகாந்திரம் என்ன? எங்களிடம் விளக்கம் கோரியிருக்க வேண்டாமா? என்றெல்லாம் கேள்விகள் எழுப்பி, வெகுண்டு எழுந்த ஐந்து நிறுவனங்கள், பங்குபரிவர்த்தனை மேல்முறையீட்டு தீர்ப்பாயத்திடம் முறையீடு செய்தன. அதில் ஜே. குமார் இன்ஃப்ரா, பிரகாஷ் இண்டஸ்டிரீஸ், பிரஷ்வந்த் டெவலபர்ஸ் ஆகிய நிறுவனங்களின் மீதான செபியின் தடையை நிறுத்திவைத்தது தீர்ப்பாயம்.

இந்த விசாரணையின் போது தீர்ப்பாயம் தெரிவித்த ஒரு கருத்திலிருந்துதான், நாம் கேள்விகளை ஆரம்பிக்கவேண்டும். கம்பெனி விவகாரங்களுக்கான அமைச்சகம், செபிக்கு 331 ஷெல் நிறுவனங்களின் பட்டியலை அனுப்பிவைத்தது ஜூன் 9ம் தேதி. செபி நடவடிக்கை மேற்கொள்ள சுளையாக இரண்டு மாதங்களை எடுத்துக்கொண்டது. அப்படியானால், இது ஒன்றும் அவ்வளவு அவசரமான, தலைபோகிற பிரச்னை இல்லை என்று செபி கருதியுள்ளது. அதனால், இந்த நிறுவங்களின் பங்கு வர்த்தகத்துக்கு மட்டும் தடைவிதிக்க வேண்டிய அவசியமில்லை என்று தெரிவித்தது தீர்ப்பாயம்.

சிக்கலே இங்குதான் ஆரம்பிக்கிறது. 331 நிறுவனங்களின் பட்டியல் எப்படித் தயாரிக்கப்பட்டது? அவை என்னென்ன விதிமீறல்களில் ஈடுபட்டன? எப்படி ஷெல் நிறுவனங்களாக இருக்கலாம் என்ற தீர்மானத்துக்கு கம்பெனி விவகாரங்களுக்கான அமைச்சகம் வந்தது? பட்டியலில் உள்ளவற்றில் பல நிறுவனங்கள் மிகப் பெரிய நிறுவனங்கள். 331 நிறுவனங்களில், மக்கள் பணம் சுமார் 12,000 கோடி ரூபாய் முதலீடு செய்யப்பட்டிருப்பதாக தெரிவிக்கிறது மும்பை பங்குச் சந்தை. அதில் குறைந்தபட்சம் 13 நிறுவனங்களேனும் சுமார் 300 கோடிக்கு மேல் விற்றுமுதல் காண்பிக்கும் நிறுவனங்கள்.

இவ்வளவு பெரிய நிறுவனங்களே போலி நிறுவனங்களாக இருக்க முடியுமா? இத்தனை ஆண்டுகளாக, கம்பெனி விவகாரங்களுக் கான அமைச்சகம் என்ன செய்துகொண்டு இருந்தது? ஒவ்வொரு

ஆண்டும் அவை தாக்கல் செய்யும் ஆண்டு வரவுசெலவு கணக்கை யாருமே கூர்மையாக கவனிக்கவில்லையா? கவனித்தும் கண்டு கொள்ளாமல் விட்டுவிட்டார்களா? அப்படியானால், அந்நிறுவனங் களின் மொத்த கணக்கும் சந்தேகத்துக்கிடமானவைதானே?

அப்படிப்பட்ட நிறுவனங்கள் எப்படி பங்குச் சந்தையில் காலூன்ற முடிந்தது? நிறுவனங்களைப் பங்குச் சந்தைகளில் பட்டியலிடு வதற்கான நடைமுறைகள் என்பவை அவ்வளவு கிள்ளுக்கீரையாக மாறிவிட்டனவா? பங்குச் சந்தை நிர்வாகங்கள் என்பவை, சிறு முதலீட்டாளர்கள் மூலதனத்தைப் பாதுகாக்கும் பொறுப்பு கொண்டவையா இல்லையா? இப்படிப்பட்ட நிறுவனங்களில், பரஸ்பர நிதி நிறுவனங்கள் எப்படி முதலீடு செய்தன? அவர்கள் முதலீடு செய்வதற்கு முன்பு நிச்சயம் அடிப்படை ஆய்வுகளைச் செய்திருக்க வேண்டுமே? ராகேஷ் ஜூன்ஜூன்வாலா போன்ற தேர்ந்த முதலீட்டாளர்கள் வேறு இத்தகைய நிறுவனங்களில் முதலீடு செய்துள்ளனர் என்று செய்தி வருகிறது.

மேலும், இந்த 2017ஆம் ஆண்டிலேயே, பிரகாஷ் இண்டஸ்டிரீஸ் நிறுவனத்தின் பங்கு சுமார் 188 சதவிகிதம் உயர்ந்துள்ளது. ஷெல் நிறுவனங்கள் என்று சந்தேகிக்கப்படும் வேறு சிலவற்றின் பங்குகள் சுமார் 40 சதவீதத்துக்கு மேல் உயர்ந்துள்ளன. அடிப்படையே இல்லாமல், எப்படி இப்படிப்பட்ட அசுர வளர்ச்சி சாத்தியம்?

நிறுவனங்களைப் பதிவது தொடங்கி, பின்னர் அவை சமர்ப்பிக்க வேண்டிய ஆண்டு வரவு செலவு கணக்குகளைக் கண்காணிப்பது வரை, பின்பற்றவேண்டிய நெறிமுறையில் தொய்வு. பங்குச் சந்தையில் பட்டியலிட வரும்போது, அங்கே கடைப்பிடிக்கப் பட்ட வேண்டிய கறார் தன்மையில், சரிவு. விளைவு, திடீரென்று ஒருநாள் விழித்துக்கொண்டு, இவையெல்லாம் ஷெல் கம்பெனி களாக இருக்கலாம் என்ற எச்சரிக்கை மணி. அரசு அமைப்புகளை நம்பி, கோடானுகோடி சிறுமுதலீட்டாளர்கள் தங்கள் சின்னச் சின்ன சேமிப்புகளைக் கூட பங்குச் சந்தையில் போட வருகிறார்களே, அவர்களுக்கு என்ன பாதுகாப்பு?

இனியேனும் இத்தகைய ஷெல் கம்பெனிகள் இங்கே செயல்பட முடியாது என்ற நம்பிக்கையையும் உத்தரவாதத்தையும் அரசாங்கம் ஏற்படுத்தவேண்டும்.

(14.08.2017)

16

இன்போசிஸ்: விசுவாசமா, தேர்ச்சியா? எது முக்கியம்?

இரண்டாவது பெரிய டிக்கெட் விழுந்துவிட்டது. டாடா குழுமத்தின் சைரஸ் மிஸ்திரி, முன்பு பதவி விலகினார். இப்போது, இன்போசிஸ் நிறுவனத்தின் தலைமைச் செயல் அதிகாரியான விஷால் சிக்கா. பங்குச் சந்தையில் பதற்றம். ஒரே நாளில் இன்போசிஸ் பங்குகள் பத்து சதவீதம் விழுந்துவிட்டன. பிரச்னையின் வேர் என்ன? எங்கே?

டி.சி.எஸ்.ஸுக்குப் பிறகு இந்தியாவின் இரண்டாவது பெரிய தகவல்தொழில்நுட்ப நிறுவனம் இன்போசிஸ். இரண்டு லட்சம் பணியாளர்கள். 10.21 பில்லியன் டாலர் பற்றுவரவு. இந்நிறுவனத்தில் இதுநாள் வரை, இதனை ஆரம்பித்த ஐந்து பேர்களே தொடர்ச்சியாக தலைமைப் பதவியை வகித்து வந்தார்கள்.

முதல்முறையாக 2014ல்தான் விஷால் சிக்கா தலைமைச் செயல் அதிகாரியாகப் பொறுப்பேற்றார். இன்போசிஸைத் தொடங்கிய குழுவைச் சேராத முதல் வெளிநபர் இவர்தான். இன்றைக்கு வளர்ந்துவரும் செயற்கை நுண்ணறிவு மற்றும் ஆட்டோமேஷன் துறைகளில் கைதேர்ந்தவர் சிக்கா. இன்போசிஸில் இவர் சேர்ந்த பின்னர், அதன் வருவாய் தொடர்ச்சியாக வளர்ந்தது. லாபம் பெருகியது. மேலும் பணியாளர்கள் வேலையைவிட்டுப் போவதும் நின்றது.

எல்லாம் நல்லபடியாகப் போனபோது, என்னதான் பிரச்னை? ஏன் சிக்கா ராஜிநாமா செய்யவேண்டும்?

இன்போசிஸை ஆரம்பித்தவர்களில் ஒருவரான என்.ஆர். நாராயணமூர்த்திதான் புயலின் மையம். 2014ல் அவர் புதிய நிர்வாகக் குழுவுக்கு வழிவிட்டு, இன்போசிஸ் நிறுவன நிர்வாகத்திலிருந்து வெளியேறினார். ஆனால், பங்குதாரராகத் தொடர்கிறார். அவர் தொடர்ச்சியாக, நிர்வாகக் குழுவின்மீதும், தலைமைச் செயல் அதிகாரியின்மீதும் பல்வேறு விமரிசனங்களை வைத்து வந்தார்.

குறிப்பாக, விஷால் சிக்காவுக்குச் சம்பள உயர்வு வழங்கப்பட்ட போது, அது மிக மிக அதிகம் என்பது நாராயணமூர்த்தியின் கருத்து. தலைமை நிதி அதிகாரி ராஜீவ் பன்சால் மற்றும் ஆலோசகர் டேவிட் கென்னடி அகியோர் வெளியேறியபோது அவர்களுக்கு வழங்கப் பட்ட பணிநீக்க சலுகைத் தொகை அபரிமிதமானது என்றும் கருத்து தெரிவித்தார் நாராயணமூர்த்தி. பனாயா என்ற நிறுவனத்தை இன்போசிஸ் வாங்கியபோது, அதனால், தலைமைப் பொறுப்பில் உள்ளவர்கள் ஆதாயம் அடைந்தனர் என்ற குற்றச்சாட்டு எழுந்தது. அதற்காக அமைக்கப்பட்ட உள்விசாரணைகள், உண்மையை வெளிக்கொணரவில்லை என்பதும் மூர்த்தியின் கருத்து. விசாரணை அறிக்கைகளை இன்போசிஸின் வலைதளத்தில் வெளியிட்டு, அதன் பங்குதாரர்கள் அனைவருக்கும் தெளிவை ஏற்படுத்தியிருக்கலாமே என்றும் மூர்த்தி தெரிவித்தார்.

இவற்றையெல்லாம் நிர்வாக ரீதியான குறைபாடுகள் என்று சொன்னதோடு, விஷால் சிக்கா, தலைமைச் செயல் அதிகாரிக்கான தகுதியுடையவர் அல்ல, அவர் ஒரு நல்ல தலைமை தொழில்நுட்ப அதிகாரி மட்டுமே என்று பொருள்படும்படி கடிதம் ஒன்றை நிறுவனத்தின் மூத்த உறுப்பினர்களுக்கு மூர்த்தி அனுப்பினார். இத்தகைய தொடர் தாக்குதல்களைத் தாங்கமுடியாத விஷால் சிக்கா ராஜிநாமா செய்துவிட்டார். இன்போசிஸ் நிர்வாகக் குழு, 36 ஆண்டுகளில் முதல்முறையாக நாராயணமூர்த்தியைக் குற்றம்சாட்டி அறிக்கையும் வெளியிட்டு ஆச்சரியப்படுத்தியது.

இன்போசிஸ் என்பது நாராயணமூர்த்தி உள்ளிட்ட ஐந்து நபர்களின் கூட்டுமுயற்சியால் உருவானது. இந்த மூத்தவர்களின் ஆலோசனையின் பேரிலேயே பல முடிவுகள் எடுக்கப்பட்டன. முதல்முறையாக இதற்கு முற்றிலும் மாறாக, வெளியே இருந்து தலைமைப் பொறுப்புக்கு வந்தவர் சிக்கா. அமெரிக்க குடியுரிமை பெற்றவர். பெங்களூருவுக்குப் பதில் அமெரிக்க கலிபோர்னியாவில்

உள்ள பேலோ ஆல்டோ நகரிலிருந்து செயல்பட்டவர். அவர், நாராயணமூர்த்தியைக் கலந்தாலோசிக்காமல், நேரடியாக முடிவுகளை எடுத்து இன்போசிஸை நிர்வகித்தார் என்பது தான் உள்ளூர ஏற்பட்ட புகைச்சலுக்குக் காரணம்.

சைரஸ் மிஸ்திரி விஷயத்திலும் இதுதான் நடைபெற்றது. ரத்தன் டாடாவைக் கலந்தாலோசிக்காமல், அவர் தன்னிச்சையாக டாடா குழுமத்தை நிர்வகித்தார் என்பதாலேயே, மூத்தவர்களின் மனக்கசப்புக்கு ஆளானார்.

பல கேள்விகள் இங்கே இருந்துதான் தொடங்குகின்றன. என்னதான் நாராயணமூர்த்தி, இன்போசிஸை உருவாக்கியிருந் தாலும், இன்றைய தேதியில் அவரும் அதில் ஒரு பங்குதாரர்தானே தவிர, அதன் முழு உரிமையாளர் அல்ல. நிர்வாகக் குழுவிலும் அவர் இல்லை. தேவையில்லாமல், அவர் சிக்காமீது விமரிசனங் களை வைக்கிறாரோ என்ற கேள்வி எழாமல் இல்லை. சிக்கா, முற்றிலும் அமெரிக்க பாணியில் தேர்ச்சிபெற்ற நிர்வாகி. தலைமைச் செயல் அதிகாரியாக தனக்குக் கொடுக்கப்பட்ட பணியைச் செம்மை யாகச் செய்தவர். வருவாயையும் லாபத்தையும் உயர்த்தியவர். அப்படிப்பட்டவரை, நாராயணமூர்த்தி கொண்டாடியிருக்க வேண்டாமா? இன்போசிஸ் தான் உருவாக்கியது என்ற உடைமை எண்ணம் அவர் கண்ணை மறைக்கிறதோ?

தேர்ச்சி பெற்ற தலைமை நிர்வாகிகள் இனிமேல் இந்திய நிறுவனங்களுக்குத் தலைமையேற்கத் தயங்குவார்கள். 'ஆமாம் சாமி' போடக்கூடியவர்களே இந்திய நிர்வாக குழுக்களில் தாக்குப் பிடிக்க முடியும் என்ற எண்ணம் ஏற்பட்டுவிடும். குடும்ப நிறுவனங்களில்தான் புரொபஷனலிசம் இருக்காது; இன்போசிஸ் போன்ற வெளிப்படையான நிறுவனங்களிலும் இந்த நிலை தொடரவேண்டுமா என்ற கேள்வி எழாமல் இல்ல.

அடுத்த தலைமுறை நிர்வாகிகளோடு ஒருங்கிணைந்து வேலை செய்வது, மூத்த நிர்வாகிகள் பயிலவேண்டிய பண்பு. விமரிசனங் களோ, குற்றச்சாட்டுகளோ இருக்குமானால், அதை இணக்கமாகப் பேசித் தீர்ப்பதோடு, பரந்த மனப்பான்மையோடு, வழிகாட்டும் பொறுப்பையும் ஏற்கவேண்டும். மாறாக, ஊடகங்களில் பேசுவதும், கடிதங்கள் எழுதுவதும் நிறுவனத்தின் மீதான மதிப்பைக் குறைத்துவிடும். இன்போசிஸிக்கு ஏற்பட்டுள்ள பாதிப்பு, அதன் வீழ்ச்சிக்கு ஆச்சாரமாகிவிடக் கூடாது.

(21.08.2017)

| 69 |

17

பண மதிப்பிழப்பு : பலன்களும் பாதிப்புகளும்

சென்ற ஆண்டு நவம்பர் 8ம் தேதி, பண மதிப்பிழப்பு செய்யப் பட்ட 500 ரூபாய், 1000 ரூபாய் நோட்டுகளில், 99 சதவீத நோட்டுகள் திரும்ப வந்துவிட்டன என்று தெரிவித்துள்ளது மத்திய ரிசர்வ் வங்கி. கறுப்புப் பண ஒழிப்பு, கள்ளப் பண ஒழிப்பு ஆகியவற்றை முதன்மைக் காரணங்களாகச் சொல்லித் தொடங்கப்பட்ட இந்த நடவடிக்கையினால் என்ன பலன்?

நிதி அமைச்சர் அருண் ஜேட்லி தெரிவிப்பது போல், 'இந்தியர்களில் பெரும்பாலோர் நாணயமானவர்கள், ஒருசிலர் தான் அயோக்கியர்கள்' என்று உலக நாடுகள் கண்டுகொண்டது முதல் பலன். 'அப்பழுக்கற்ற பொருளாதாரமாக' நம் நாடு தலை நிமிர்ந்துள்ளது இரண்டாவது பலன். மேலும், வரிசெலுத்து வோரின் எண்ணிக்கை உயர்ந்துள்ளதோடு, முறையான சேமிப்பு முறைகளுக்குள் மக்கள் நகர்ந்துள்ளது மூன்றாவது பலன். ரொக்கப் பொருளாதாரத்திலிருந்து, ரொக்கமற்ற பொருளாதாரத்துக்கு, டிஜிட்டல் எகானமிக்கு நாம் வெகு விரைவாக முன்னேறியுள்ளது நான்காவது பலன்.

யாருடைய பணம் என்றே தெரியாமல் இருந்த அனாமத்து தொகைகளுக்கு, உரிமையாளர்கள் யார் என்று வெளிப்படையாகத் தெரியவந்திருப்பது ஐந்தாவது பலன். எராளமான பணம் வங்கிகளுக்குள் வந்து கொட்டியதால், தனியார் வங்கிகளுக்கு, மத்திய ரிசர்வ் வங்கி கொடுக்கும் கடனுக்கான ரெப்போ விகிதம்,

படிப்படியாக குறைந்துள்ளது ஆறாவது பலன். வரிவருவாய் குறைந்துவந்த நிலையில், அரசாங்கம் தொடர்ச்சியாக புதிய நோட்டுக்களை அச்சடித்து வெளியிட்டு வந்தது. இதனால், மக்கள் மத்தியில் ரூபாய் நோட்டுப் புழக்கம் அதிகரித்தது. அதனால், ஒருவிதமான 'ரொக்க குமிழ்' ஏற்பட்டது. பண மதிப்பிழப்பு நடவடிக்கையினால், இந்தக் குமிழ் பெரிதாகி 2008 பொருளாதாரத் தேக்கம் போன்ற பாதிப்பு ஏற்படாமல் தடுக்கப்பட்டது என்பது ஏழாவது பலன்.

கொஞ்சம் கூர்ந்து பார்த்தால், இவையெல்லாம் தற்செயலாக, இடையில் கிடைத்த பலன்களாகவே தெரியும். அரசாங்கம் அடைய நினைத்த பலன்களா இவை? கறுப்புப் பணம் ஒழிந்ததா? பணமதிப்பிழப்பு செய்யப்பட்டபோது, சுமார் மூன்று முதல் நான்கு லட்சம் கோடி ரூபாய் அளவுக்கு கறுப்புப் பணம் திரும்பவராது என்ற கணிப்பை, முகுல் ரோத்தகி உச்ச நீதிமன்றத்தில் தெரிவித்தார். அவ்வளவும் கறுப்புப் பணம் என்பதே எதிர்பார்ப்பு. ஆனால், இப்போது, 99 சதவீத பணம் முழுமையாகத் திரும்பிவந்து விட்டது என்கிறது ஆர்.பி.ஐ.

இதற்கு என்ன அர்த்தம்? இரண்டு விளக்கங்கள் கொடுக்கப் படுகின்றன. ஒன்று கறுப்புப் பணம் என்பது ரூபாய் நோட்டுகளாக இல்லை. அவை கணக்கில் காட்டப்படாத சொத்துகளாக மாறி விட்டன. இரண்டு, கறுப்புப் பணத்தைப் பல்வேறு வழிமுறை களைக் கையாண்டு, வங்கிகளுக்குள் கொண்டுவந்துவிட்டார்கள் கறுப்புப் பண முதலைகள். சுதந்தர தின உரையில் கூட, பிரதமர் மோடி, சுமார் மூன்று லட்சம் கோடி அளவுக்கு கறுப்புப் பணம் வங்கிக்குள் வந்துவிட்டதைப் பெருமையுடன் குறிப்பிட்டார்.

வங்கி அமைப்புகளுக்குள்ளேயே வராது என்று கருதப்பட்ட ஒரு தொகை, வங்கிக்குள் வந்துவிட்டது என்றால், அதனை இனிமேல் கணக்கில் காட்டப்படாத பணம் என்றோ, கறுப்புப் பணம் என்றோ எப்படிச் சொல்ல முடியும்? வங்கி அமைப்புகளுக்குள்ளே இவை வரமுடியாது என்ற கணிப்பு இப்போது பொய்த்துப் போய் விட்டதே? இனிமேல், இதில் அபரிமிதமாக பணத்தை வங்கியில் செலுத்தியவர்களை இனங்கண்டு, அவர்கள்மீது வருமான வரித்துறை விளக்கம் கேட்டு, நடவடிக்கை மேற்கொள்ளவேண்டும். இதற்கு பிக் டேட்டா தொழில்நுட்பத்தைப் பயன்படுத்துங்கள் என்று கேட்டுக்கொண்டிருக்கிறார் பிரதமர். தும்பைவிட்டு வாலைப் பிடிப்பது போன்று இல்லையா இந்த நடவடிக்கை?

கள்ளப் பணம் ஒழிந்ததா? வங்கிகளுக்கு வந்துசேர்ந்த ரூபாயில் 7,62,072 நோட்டுகளே கள்ளப் பணம் என்று தெரிவித்துள்ளது ஆர்.பி.ஐ. 2015 -16 நிதியாண்டில் கண்டுபிடிக்கப்பட்ட 6,32,000 கள்ளநோட்டுகளைவிட இது 20.4 சதவீதம் அதிகம். சரி, இரண்டு கேள்விகள். எப்படி இந்த நோட்டுகள் வங்கிகளுக்குள் வரமுடிந்தது? வங்கிக் கிளைகளில் பணத்தைப் பெறும்போதே, அவை நிராகரிக்கப்பட்டு இருக்க வேண்டாமா? கண்டுபிடிக்கப்பட்ட கள்ளநோட்டுகளின் மதிப்பு வெறும் 42 கோடி ரூபாய். 15.28 லட்சம் கோடி ரூபாயில் இது வெறும் 0.0007 சதவிகிதம். கொசுவை அடிக்க கோடாலியா தேவை?

இதையெல்லாம் விட முக்கியமானது, பண மதிப்பிழப்பு நடவடிக்கையால் நம் பொருளாதாரத்துக்கு ஏற்பட்டுள்ள பாதிப்பு. 2017 -18 முதல் காலாண்டில், நமது மொத்த உள்நாட்டு உற்பத்தி 5.7 சதவீதத்துக்குச் சரிந்துள்ளது. சேவை துறையைத் தவிர, இதர துறைகளில் வளர்ச்சியே இல்லை. உற்பத்தித் துறையில் பெரும் சரிவு. வேலைவாய்ப்பு இல்லை. இவையெல்லாம் பண மதிப்பிழப்பு நடவடிக்கையினால் ஏற்பட்ட பாதிப்புகள் என்கின்றனர் பொருளாதார வல்லுனர்கள். புதிய 2000 நோட்டுகளை அச்சடித்து வெளியிட நமக்கு ஆன செலவு ரூ. 7965 கோடி. மொத்த நோட்டுகளில் திரும்ப வராது போன பணத்தின் மதிப்பு ரூ. 16,000 கோடி. இவற்றோடு, வங்கிகளில் வங்கி வந்து தேங்கிப் போன தொகைக்கு அளிக்கப்பட்ட வட்டியையும் சேர்த்தால், நமக்கு ஏற்பட்ட இழப்பு சுமார் ரூ.30,000 கோடி. இவற்றையாவது தோராயமாக அளவிடலாம், நீண்ட வரிசையில் நின்றதால் ஏற்பட்ட மரணங்களையும், உழைப்பு இழப்பையும் கணக்கிட முடியுமா என்ன?

இன்றைக்கு புதிய நோட்டுகள் புழக்கத்துக்கு வந்துவிட்டன, இயல்புநிலை திரும்பிவிட்டது என்று சொல்லலாம். ஆனால், நவம்பர் 8னால் ஏற்பட்ட பாதிப்பின் விலை இன்னும் எத்தனை காலாண்டுகள் நீடிக்கப் போகின்றனவோ என்ற அச்சம் எழாமல் இல்லை.

(4.09.2017)

18

ஆர்ப்பரிக்காத, அமைதிக் கடல் படேல்

இந்திய ரிசர்வ் வங்கி ஆளுநராக உர்ஜித் படேல் பொறுப்பேற்று, செப்டம்பர் 4ம் தேதியோடு ஓராண்டு நிறைவுபெற்றது. இந்தக் காலகட்டத்தில் அவரது முயற்சிகளும் பங்களிப்புகளும் எப்படி இருந்தன? இந்தியப் பொருளாதாரத்தில் ஏற்பட்டுள்ள மாற்றங்கள் என்னென்ன?

ஆர்.பி.ஐ.யின் 24வது ஆளுநராக உர்ஜித் படேல் சென்ற ஆண்டு பொறுப்பேற்றபோது, இவர் மத்திய அரசுக்கு ரொம்பவும் இணக்கமாக இருப்பார் என்ற கருத்து முன்வைக்கப்பட்டது. இவருக்கு முன்பு இருந்த ரகுராம் ராஜன், மத்திய அரசோடு முரண்பட்ட போக்கைக் கொண்டிருந்ததாகப் பேச்சு. அவரது பதவிக்காலம் முடிவதற்கு முன்பே ராஜன் பதவி விலகினார். அதனால், படேல் பதவியேற்றபோது, ஆர்.பி.ஐ.யின் சுதந்தரத்தை, மத்திய அரசிடம் அடகுவைத்துவிடுவாரோ என்ற அச்சமும் எழுப்பப்பட்டது.

ஓராண்டு கழித்து இன்று திரும்பிப் பார்க்கும்போது, படேல், ஆர்.பி.ஐ.யின் சுதந்தரம் மட்டுமல்ல, தம் சுதந்தரத்தையும் விட்டுக் கொடுக்கவில்லை என்பது புரிகிறது. முக்கியமாக, வட்டிவிகிதங் களைக் குறைக்கவேண்டும் என்ற எண்ணப்போக்கு நிதித்துறையிடம் இருந்தது. அதன்மூலம், வங்கிகளில் கிடைக்கும் கடன் தொகை அதிகரிக்கும், தொழில் அதிகரிக்கும், வேலைவாய்ப்பு அதிகரிக்கும் என்பது நிதித்துறை கணிப்பு. இதற்கு, ஆர்.பி.ஐ. நிதிக் கொள்கைக்

குழுவினருடன் பேச்சுவார்த்தை நடத்த மத்திய நிதித்துறை அழைப்பு விடுத்தபோது, அதை நாசூக்காக மறுத்தவர் படேல்.

ஒருபடி மேலே போய், பணவீக்கத்தைக் கட்டுப்படுத்துவது மட்டுமே முதல் கடமை என்ற நோக்கோடு செயல்பட்டார் படேல். ஒரு கட்டத்தில், அரசின் பொருளாதார ஆலோசகரான அரவிந்த் சுப்பிரமணியம், இறங்குமுகமாக இருக்கும் பணவீக்கத்தைக் கருத்தில் கொண்டு, வட்டி விகிதங்களில் மாற்றம் கொண்டு வரலாமே என்று கேட்டே விட்டார். அதன் பின்னர், போதுமான ஆலோசனைகள் மேற்கொண்டு, ரெப்போ விகிதங்களில் மாற்றம் செய்தார். யாருடைய அழுத்தத்துக்கும் இடம்கொடுக்காதவராக படேல் இருப்பது கண்கூடு.

அவரது ஒப்புதல் பெறப்பட்டதா, முழுமையான ஆதரவு பெறப் பட்டதா என்று இன்னும் தெளிவு இல்லாத இடம், பண மதிப்பிழப்பு நடவடிக்கை. ஆளுநராக பொறுப்பேற்று இரண்டே மாதங்களில் நடைபெற்ற அதிரடி அது. பண மதிப்பிழப்பு நடவடிக்கை தொடர்பான கூட்டத்தின் அறிக்கை இன்னும் வெளியாகவில்லை. ஆனால், அதன் பிறகு இரண்டு விஷயங்களை மிகத் தெளிவாகச் செய்தார் உர்ஜித் படேல்.

ஊடகங்களில் தலைகாட்டவில்லை. எல்லா கேள்விகளுக்கும் சக்திகாந்த தாஸைப் பதில் சொல்ல வைத்தார். ஆளுநரே பேச வேண்டாமா, விளக்கம் தரவேண்டாமா என்று ஊடகங்கள் பதறிய போது, அவர் காத்த அமைதி அலாதியானது. ஒரே ஒருவர் பேசினால் போதும். எல்லோரும் பேசினால், குட்டையைக் குழப்புவது போல் ஆகிவிடலாம் என்பதே அவரது மறைமுக பதிலாக இருந்தது. ஆனால், இரண்டாவது விஷயம் முக்கியமானது.

புதிய 2000, 500 ரூபாய் நோட்டுக்கள் அச்சடிப்பதையும் வங்கிகள் மூலம் விநியோகிப்பதையும் துரிதப்படுத்தியது மெச்சத்தக்கது. இவற்றைச் செய்ய எட்டு மாதங்கள் ஆகும், பன்னிரெண்டு மாதங்கள் ஆகும் என்று கணிக்கப்பட்ட நிலையில், 2017 ஜனவரி இறுதிக்குள், ஓரளவுக்கு சகஜ நிலை திரும்பியது யாரும் எதிர்பாராதது. அதை நடத்திக் காட்டிய பெருமை படேலையே சேரும்.

வாராக் கடன்கள்மீது படேல் தொடுத்திருக்கும் போர், பல விமரிசனங்களை எழுப்பியுள்ளது உண்மை. எந்த நிறுவனங்கள், எவ்வளவு நிலுவைத் தொகை வைத்துள்ளது என்பதைக் கணக்கிடும் பணி, படேல் ஆளுநராவதற்கு முன்பு முடிந்துவிட்டது. ஆனால், என்ன நடவடிக்கை எடுப்பது, எப்படி எடுப்பது, எடுக்கத்தான் வேண்டுமா என்றெல்லாம் கேள்விகளும் அச்சமும் நிரம்பியிருந்தன.

உர்ஜித் படேல் அதை எடுத்தார். அவருக்குத் தோதாக, அரசாங்கமும் புதிய திவால் சட்டத் திருத்தத்தைச் செய்து கொடுத்தது. வங்கிகளுக்குக் கடனைத் திருப்பிச் செலுத்தாத பன்னிரெண்டு நிறுவனங்கள்மீது சட்ட ரீதியான நடவடிக்கை எடுக்கும் முயற்சி தொடங்கியது. அடுத்த 26 நிறுவனங்களின் பட்டியலும் வெளியிடப்பட்டுள்ளது. வாராக் கடன்களை வங்கிகள் தலைமுழுகிவிடும் என்ற எண்ணம் துடைத்தெறியப் பட்டது. துரத்தித் துரத்தி கொடுத்த பணத்தின் ஒரு பகுதியையேனும் மீட்டுவிடவேண்டும் என்ற படேலின் முனைப்பு பாராட்டத்தக்கது. அது மக்கள் பணம், தாம் அதை நிர்வாகம் மட்டுமே செய்கிறோம், பெரிய நிறுவனங்களிடம் ஏமாந்துவிடக் கூடாது என்ற எச்சரிக்கை உணர்வு, வரவேற்கத்தக்கது.

வங்கித் துறைக்குள் படேல் மேற்கொண்ட இன்னொரு முயற்சி கவனிக்கத்தக்கது. பல பொதுத் துறை வங்கிகள், தங்கள் வாராக் கடன் தொகையை முழுமையாகக் காட்டாமல் தவிர்த்து வந்தன. அவற்றை முழுமையாக காண்பிக்கச் சொன்னதுடன், அதனால் ஏற்படக்கூடிய இழப்புகளுக்குப் போதிய நிதியை ஒதுக்கி வைக்கவும் அறிவுறுத்தினார். இத்தகைய சூழலில், அரசாங்கத்துக்கு ஆர்.பி.ஐ. ஒவ்வொரு ஆண்டும் வழங்கும் ஈவுத்தொகையை இம் முறை பாதியாக குறைத்து, ரூ. 30,659 கோடி மட்டுமே வழங்கினார். வங்கிகளின் கஷ்டத்தைப் புரிந்துகொண்ட செயலாகவே இது பார்க்கப்படுகிறது.

அதிகம் பேசாதவர் படேல். ஓராண்டில் ஆறு முறை மட்டுமே வாய் திறந்துள்ளார். பல மாநிலங்கள் கடன் தள்ளுபடி செய்ய முனைந்த போது, அதனால் ஏற்படக்கூடிய நிதிச் சிக்கலைப் பளிச்சென்று எடுத்துச் சொன்னது ஆட்சியாளர்களுக்கு கசக்கலாம். ஆனால், நியாயத்தைப் பேசுவதில் தயக்கம் இல்லாதவர். அதேபோல், சிறிய வங்கிகளைப் பெரிய வங்கிகளோடு இணைப்பதை முன்மொழிந்துவருகிறார்.

இவர் தலைப்புச் செய்திகளில் அடிபடவில்லை என்றாலும் இவரது பணிகள் அனைத்தும் தலைப்புச் செய்திகளாக மாறுகின்றன. அலட்டல் இல்லாமல் அடக்கமாக, அதேசமயம் விழிப்புடன் செயல்படுவதும் ஒரு திறமைதான். அது உர்ஜித் படேலுக்கு கைவந்திருக்கிறது.

(11.09.2017)

19

வரலாறு படைக்கும் இந்திய-ஜப்பானிய உறவு

ஜப்பான் பிரதமர் ஷின்சோ அபேவின் இரண்டு நாள் இந்தியப் பயணம் அரசியல் மட்டத்திலும் தொழில்துறையினர் மட்டத்திலும் பெரும் எதிர்பார்ப்பை ஏற்படுத்தியுள்ளது. இந்திய, ஜப்பானிய உறவு பல ஆண்டுகளாகத் தொடர்ந்து வருவது. அதில், சமீபத்திய பயணம் சாதித்தது என்ன?

முதல் சாதனை, புல்லட் ரயில். மும்பை, அகமதாபாத் இடையே பறக்கவிருக்கும் புல்லட் ரயிலால் ஏழு மணிநேரப் பயணம், மூன்று மணிநேரமாக குறையும் என்பது வெளிப்படையான பயன். இதற்கு ஆகும் மொத்த செலவு ரூ. 1.1 லட்சம் கோடி. அதில் 88,000 கோடி ரூபாயை 0.1 சதவீதக் கடனாக தரவிருக்கிறது ஜப்பான். இதுவும் வெளிப்படையான பயன் தான்.

2022ல் புல்லட் ரயில்கள் இந்திய இருப்பாதைகளில் ஓடும்போது, நமக்கு வேறு சில பயன்கள் கிடைத்திருக்கும். பொதுமக்களும் வணிகர்களும் விரைவாக இரண்டு தொழில்நகரங்களிடையே பயணம் செய்யமுடியும். முக்கியமாக, நவீன தொழில்நுட்ப ஞானம் இந்திய பொறியியலாளருக்கு வந்து சேர்ந்திருக்கும். கட்டுமானப் பணிகளில் பெரும்பங்கு வகிக்கப் போவது இந்திய நிறுவனமான 'பெல்.' அதன் பற்றுவரவு பெருமளவு உயரப் போவதோடு, அதிவேக ரயில்பெட்டி தயாரிப்பதன் நுட்பமும் அதற்குக் கைவந்திருக்கும். புல்லட் ரயில் பற்றிய இருதரப்பு புரிந்துணர்வு ஒப்பந்தம்

கையெழுத்தானவுடனேயே, பங்குச் சந்தையில் 'பெல்' நிறுவனப் பங்குகள் பத்து சதவீதம் உயர்ந்ததே இதற்குச் சாட்சி.

ஜப்பானில் இருந்து வரும் அந்நிய நேரடி முதலீடு நம் கவனத்தைக் கவரும் அடுத்த பயன். 2013 - 14ல் 1.71 பில்லியன் டாலராக இருந்த முதலீடு, 2016 -17 நிதியாண்டில், எண்பது சதவீதம் உயர்ந்து 4.7 பில்லியன் டாலராக ஆகியுள்ளது. 2016ல் இந்தியாவில் 1,305 ஜப்பானிய நிறுவனங்கள் பதிவு செய்திருந்தன. இது இதற்கு முந்தைய ஆண்டைவிட இது சுமார் ஆறு சதவீதம் அதிகம்.

இந்தியாவில் ஜப்பானிய நிறுவனங்கள் அதிகம் முதலீடு செய்வது ஆட்டோமொபைல் துறையில்தான். மொத்த முதலீடுகளில் ஆட்டோமொபைல் துறைக்கு மட்டும் 48 சதவீத முதலீடுகள் வந்துள்ளன. உலோகங்கள், நிதித் துறைச் சேவைகள், ரசாயனங்கள், போக்குவரத்து, தகவல் தொழில்நுட்பத் துறைகளிலும் முதலீடுகள் செய்யப்படுகின்றன. அரசுத் துறை மட்டுமல்லாது, தனியார் துறை ஜப்பானிய நிறுவனங்களும் இந்தியாவில் முதலீடு செய்ய பெரும் ஆர்வம் காண்பிக்கின்றன.

ஜப்பானைச் சேர்ந்த பதினைந்து பெரிய நிறுவனங்கள் இந்தியாவுக்குள் காலடி எடுத்துவைக்க திட்டமிட்டு இருப்பது வரவேற்கத்தக்க அம்சமாகும். இதன் தொடர்ச்சியாகவே, நான்கு மாநிலங்களில் ஜப்பானிய தொழில் நகரங்கள் உருவாக்கப் படுவதற்கான ஒப்பந்தம் ஏற்பட்டுள்ளது. அதில் தமிழ்நாடும் இடம்பிடித்துள்ளது, நமக்குக் கிடைத்துள்ள பலன். தொழில் பெருக்கமும், வேலைவாய்ப்பு வளர்ச்சியும் இதன் தொடர்ச்சியான ஏற்படும் என்பதே எதிர்பார்ப்பு.

இந்திய ஜப்பானிய உறவுக்கு இன்னொரு முகம் உண்டு. குறிப்பாக, வளர்ந்துவரும் சீன ஆதிக்கத்தை எதிர்த்து நின்று தாக்குப் பிடிக்க வேண்டிய கட்டாயம் இருநாடுகளும் ஏற்பட்டுள்ளது. தொழில், வர்த்தக உறவுகளோடு, தொழில்நுட்ப, ராணுவ ஒருங்கிணைப்பும் அதிகம் தேவைப்படுகிறது. ஜப்பானிய கடற்படையோடு மேற்கொள்ளப்படும் கூட்டு ஒத்திகை ஒருபக்கம் என்றால், இன்னொரு பக்கம், ஜப்பானிய நவீன விமானங்களை வாங்குவதற் கான ஒப்பந்தம். 2014 வரை ஜப்பான், தன்னுடைய ராணுவ கருவிகளை வெளிநாடுகளுக்கு விற்பனை செய்ய முன்வரவில்லை.

ஜப்பானுக்கு வடகொரியா ஒரு பிரச்னை என்றால், இந்தியாவுக்கோ சீனா. சமீபத்தில் கூட டோக்லாம் விவகாரத்தினால், இந்தியாவுக்குத் தேவையற்ற நெருக்கடி ஏற்பட்டது. இத்தகைய சூழலில், இந்திய

ஜப்பனிய உறவில் ராணுவ ரீதியான உடன்பாடுகளும் கூட்டு ஆராய்ச்சி முயற்சிகளும் அவசியமாகின்றன.

இந்தப் பின்னணியில்தான், இந்திய கடற்படைக்குத் தேவைப் படும் நவீன விமானங்களை விற்பனை செய்ய ஜப்பான முன் வந்திருக்கிறது. ஜப்பானிய நிறுவனமான ஷின்மாய்வா நிறுவனம் விமானத்தின் விலையைக் குறைத்திருப்பதும் இந்தியாவுக்கு அந்தத் தொழில்நுட்பத்தை வழங்க முன்வந்திருப்பதும் முக்கிய மான முன்னேற்றங்களாகக் கருதப்படுகின்றன.

அதேபோல், கடற்படைக்காக ஆறு நீர்மூழ்கிக் கப்பல்களை வாங்கும் முயற்சியில் இந்தியா இறங்கியுள்ளது. ஜப்பானிய நிறுவனம் ஒன்றுடன் இதற்கான பேச்சுவார்த்தை தொடங்கியிருப்பதாகத் தகவல். நிலம், நீர், ஆகாயம் என்று அனைத்து வகையிலும் இந்தியாவும் ஜப்பானும் கைகோத்துக்கொண்டு, வலிமை பெருக்கிக்கொள்ள முயற்சிப்பது, சிறந்த உத்தியாக கணிக்கப்படுகிறது.

இந்தியா ஜப்பான் இடையே கையெழுத்தான பதினான்கு ஒப்பந்தங்களில் மிக முக்கியமானது, வடகிழக்கு மாநிலங்களை முன்னேற்றுவதற்கு மேற்கொள்ளப்படும் முயற்சி. இதன் படி, எட்டு வடகிழக்கு மாநிலங்களில், நெடுஞ்சாலை வசதிகளை மேம்படுத்த முடிவு எடுக்கப்பட்டது. இதற்காக ஜப்பான் ரூ. 2,239 கோடி கடன் வழங்கவும் முன்வந்துள்ளது. மேலும் அப்பகுதிகளில் மின்சார வசதி, பேரிடர் மேலாண்மை ஆகியவற்றை மேம்படுத்தவும் முடிவு எடுக்கப்பட்டுள்ளது.

ஜப்பானிய உணவான சூஷியை இந்தியாவிலிருந்து ஆர்டர் செய்து, தபால் துறையின் மூலம் பெற்றுக்கொள்ள வழிசெய்திருப்பது, ஜப்பானிய உணவுப் பிரியர்களுக்கு பெருமகிழ்ச்சி செய்தி! டிரம்ப் வந்தபின்னர் அமெரிக்கா ஒருவித நம்பகத்தன்மையை இழந்து கொண்டிருக்கிறது. இன்னொருபுறம், நெருக்கடி தரும் சீனா.

இந்நிலையில், தென் கிழக்கு ஆசியப் பகுதியில், வலுவான உறவுகளை ஏற்படுத்திக்கொள்வது மிகவும் அவசியம். ஜப்பான் அந்த வகையில் நம்பிக்கைக்குரிய நாடாக பரிணமித்துள்ளது. வர்த்தகம், தொழில், தொழில்நுட்ப உறவுகள் மேம்படுவது எவ்வளவு முக்கியமோ, அதே அளவுக்கு இருநாட்டுத் தலைவர்களின் நெருக்கமும் முக்கியம். இந்த இரண்டு விஷயங் களிலும் நரேந்திர மோடி - ஷின்சோ அபே ஜோடி வரலாறு படைத்துக்கொண்டிருக்கிறது.

(18.09.2017)

20

நிறுவனங்களுக்குக் கிடுக்கிப் பிடி போடும் 'செபி'

வங்கிகளின் வாராக்கடன் பிரச்னைக்கு, தீர்வுகாணும் அதிரடி முயற்சிகளில் ஒன்று, அக்டோபர் 3ஆம் தேதி ஆரம்பிக்கவிருக்கிறது. அன்று பங்குச் சந்தையில் பூகம்பம் இல்லையென்றாலும் சின்னச் சின்ன லட்சுமி வெடிகளேனும் வெடிக்கும் என்று நம்பலாம். அதென்ன அதிரடி முயற்சி?

90 நாட்களுக்கு மேல் திருப்பிச் செலுத்தப்படாத போதுதான், ஒரு நிறுவனத்தின் கடனை, 'வாராக் கடன்' என்று வரையறை செய்கின்றன வங்கிகள். அதன் பின்னர் தான், அந்த நிறுவனங் களிடமிருந்து பணத்தை வசூலிக்கும் முயற்சிகள் தொடங்கும். கடிதங்கள், நினைவூட்டல்கள் என்று தொடங்கி படிப்படியாகச் சூடுபிடிக்கும் வசூல் வேட்டை, பயன் தராதபோது, பிரச்னை பூதாகாரமாகும்.

இப்படித்தான், இன்றைக்கு இந்திய வங்கிகளின் வாராக்கடன் தொகை சுமார் 10 லட்சம் கோடியைத் தொட்டுள்ளது. இதனை முளையிலேயே கிள்ளியெறியும் முயற்சியை பங்குச்சந்தைகளின் கட்டுப்பாட்டு அமைப்பான 'செபி' துவங்கியுள்ளது.

இதன்படி, பங்குச் சந்தையில் பட்டியலிடப்பட்டுள்ள நிறுவனங்கள், வங்கிகளிலோ, இதர நிதி அமைப்புகளிடமோ கடன் பெற்று, அதனைத் திருப்பிச் செலுத்துவதில் ஒரு நாள் தாமதம் ஏற்பட்டாலும்,

அந்த விவரத்தைப் பங்குச் சந்தைக்குத் தெரிவிக்கவேண்டும் என்று உத்தரவிட்டுள்ளது 'செபி.'

அது கடன் தொகையாக இருக்கலாம், வட்டியாக இருக்கலாம், கடன் பத்திரங்களாக இருக்கலாம், முன்னுரிமை பங்குகளாக இருக்கலாம், எந்த நிதி ஆவணமாக வேண்டுமானாலும் இருக்கலாம். திருப்பிச் செலுத்தப்பட வேண்டிய தொகை, திருப்பிச் செலுத்தப் பட வேண்டிய நாளில், திருப்பப்படவில்லை என்றால், அந்த விவரத்தை பங்குச் சந்தைக்குத் தெரிவிக்கவேண்டும்.

இதிலும் ஒரு சூப்பர் டிவிஸ்ட் இருக்கிறது. பொதுவாக வங்கிகள் ஒரு பட்டியலை வைத்திருக்கும். அதில், 30 நாட்களுக்கு மேல், 60 நாட்களுக்கு மேல், 90 நாட்களுக்கு மேல் கடனைத் திருப்பிச் செலுத்தாத நிறுவனங்கள் என்று பிரித்து வகைப்படுத்தப் பட்டிருக்கும். இந்தப் பட்டியல், இத்தனை ஆண்டுகளும் வங்கிகளுக்குள் மட்டுமே புழக்கத்தில் இருந்து வந்தது. இனிமேல் இப்பட்டியலை வெளிப்படையாக, வங்கிகள் தெரிவிக்கவேண்டும்.

இப்படிச் செய்வதால் என்ன பயன்?

கடன் தவணை செலுத்தப்படாத முதல் மாதமே, விஷயம் வெளிச்சத்துக்கு வந்துவிடும் என்பது முக்கியமான பலன். அதுவும் பங்குச் சந்தைகளுக்கு, குறிப்பிட்ட நிறுவனங்கள் தாமே முன்வந்து இந்தத் தகவலைப் பகிர்ந்துகொள்ளவேண்டும் என்பதால், அந்த நிறுவனங்கள்மீது கடுமையான அழுத்தம் ஏற்படும். அவர்களுடைய மரியாதைக்குக் களங்கம் ஏற்படலாமோ என்ற அச்சம் தோன்றும்.

இதனால், சரியான தேதியில், உரிய தவணைத் தொகையைச் செலுத்திவிடும் கட்டுப்பாட்டுக்கும் ஒழுங்குக்கும் இத்தகைய நிறுவனங்கள் தள்ளப்படும். யாருக்குத் தெரியப் போகிறது என்று விட்டேத்தியாக இனி இருக்க முடியாது. நிறுவனத்தின் கடன் சுமை எவ்வளவு, அதனைச் செலுத்த முடியாமல் திண்டாடும் நிலை என அனைத்தும் வெளிப்படையாகத் தெரிய வந்துவிடும். அழுக்கு மூட்டைகளை ரொம்ப நாளைக்கு கட்டிலுக்கு அடியில் ஒளித்துவைக்க முடியாது. அவை வெளியே வந்து நாற்றத்தைக் கிளப்பிவிடவே செய்யும்.

இந்த நடவடிக்கையால் வங்கிகள் ஆரம்பத்திலேயே உஷாராகி விடும். விரைந்து அவர்களிடமிருந்து தவணையை வசூல் செய்ய வேண்டிய அழுத்தம் ஏற்படும். தள்ளிப் போட முடியாது,

சால்ஜாப்பு சொல்ல முடியாது. கொடுத்த கடன், மொத்தமாகத் திரும்பி வராமல் போய்விடுவதற்கான வாய்ப்பும் இருப்பதால், அதனை மனத்தில் வைத்துக்கொண்டு, அதற்கேற்ப போதிய நிதியை ஒதுக்கிவைத்துக்கொள்ளவும் இந்த நடவடிக்கை வழிசெய்யும்.

நிறுவனங்களின் பெயர் வெளியே தெரிந்தவுடன், ரேட்டிங் நிறுவனங்களும் உஷாராகிவிடும். பங்குச் சந்தையில் பட்டியலிடப் பட்ட நிறுவனங்களின் தரத்தை இந்த நிறுவனங்கள் மதிப்பீடு செய்கின்றன. அதில் வரவுகளோடு, செலவுகளையும் கடன்களையும் கணக்கில் எடுத்துக்கொண்டே இவை மதிப்பீடு செய்கின்றன.

இந்த நிலையில், கடன் தவணைகளை உரிய நேரத்தில் செலுத்த வில்லை என்றால், அத்தகைய நிறுவனத்தின் மதிப்பு குறைக்கப்படும். இதனால், முதலீட்டாளர்கள் இந்த நிறுவனங்களின் பங்குகளை வாங்கத் தயங்குவார்கள். வங்கிகளும் இத்தகைய நிறுவனங் களுக்கு அடுத்தடுத்த கடன்களை கொடுக்கத் தயங்கும். தொடர்ச்சி யாக தவணை தொகைகளைச் செலுத்துவதில் தாமதங்கள் ஏற்படுமெனால், அந்த நிறுவனங்களின் மதிப்பு மிகவும் சரிந்து போகும். அவற்றால் திறம்படச் செயல்பட முடியவில்லை, தத்தளிக்கின்றன என்பதை முன்கூட்டியே உணர்ந்துகொள்ள முடியும்.

'செபி'யின் உத்தரவு, நிறுவனங்களிலும் வங்கிகளிலும் நிதி ஒழுக்கத்தை ஏற்படுத்த முயற்சிக்கிறது. அதில் ஏதேனும் இடறல் ஏற்படுமானால், பிரச்னை உடனே வெளியே வந்துவிடும். தும்பை விட்டு, வாலைப் பிடிக்காமல், ஆரம்பத்திலேயே வங்கிகள் எச்சரிக்கை பெற முடியும். ஒரு வங்கியில் கடன் வாங்கி, மற்றொரு வங்கியின் கடனை அடைப்பது என்றெல்லாம் இனி நிறுவனங்கள் தகிடுதத்தம் செய்ய முடியாது. அந்த நிறுவனத்தின் நிலைமை பளிச்சென்று வெளியே தெரிந்துவிடுவதால், இதர வங்கிகளும் நிதி அமைப்புகளும் கடன் கொடுக்காமல் 'ஐகா' வாங்கிக் கொள்ளும்.

நிறுவனங்களின் நிதி நிலைமையின்மீது இருந்த மாயத் திரை விலக்கப்பட்டுள்ளது. வெளிப்படைத் தன்மை அதிகரித்துள்ளது. அந்த வகையில் 'செபி'யின் முன்முயற்சி வரவேற்கத்தக்கதே.

(25.09.2017)

21

பொருளாதாரத் தேர் இழுப்போம் வாருங்கள்!

முன்னாள் நிதி அமைச்சர் யஷ்வந்த் சின்ஹா, சுப்பிரமணியன் சுவாமி, ஆடிட்டர் குருமூர்த்தி என்று பலரும் இந்தியப் பொருளாதார வளர்ச்சியில் ஏற்பட்டுள்ள பாதிப்புகள் பற்றி தொடர்ந்து எழுதியும் பேசியும் வருகின்றனர். ஜூன் மாதத்தோடு முடிந்த முதல் காலாண்டில் மொத்த உள்நாட்டு உற்பத்தி 5.7 சதவீதத்துக்குச் சரிந்ததே கடுமையான விமரிசனங்களுக்கு வழிவகுத்துள்ளது.

தனிநபர்களைக் குறைசொல்வதோ, எடுக்கப்பட்ட நடவடிக்கைகளில் உள்ள குறைகளை முன்னிலைப்படுத்துவதோ எந்தப் பலனையும் தரப் போவதில்லை. மாறாக, ஆக்கப்பூர்வ அணுகுமுறை என்ன? வழிமுறை என்ன? என்று யோசிப்பதே தேசநலனுக்கு உகந்தது.

பணமதிப்பு நீக்கமும் சரக்கு மற்றும் சேவை வரி அமல்படுத்தப் பட்டதும், ஜி.டி.பி. சரிவுக்கு முக்கியமான காரணங்களாகச் சொல்லப்படுகின்றன. அதற்கு முன்பிருந்தே நம் கவனத்தை அதிகம் கவராத வேறொரு பிரச்னை இருக்கிறது.

2004-12 காலகட்டத்தில் இந்திய விவசாய வளர்ச்சி வேகமாக இருந்தது. ஒவ்வொரு ஆண்டும் விவசாய உற்பத்தி 3 சதவீதம் உயர, விவசாய வருவாய் 7.5 சதவீதமாக பெருகியது. இதனால் ஏற்பட்ட செல்வப் பெருக்கத்தால், பொருளாதார வளர்ச்சி நகரங்களுக்கும் பெருகி, முன்னேற்றம் ஏற்பட்டது.

இந்த நிலைமை 2013 - 14ல் மாற்றமடைந்தது. இந்திய ரிசர்வ் வங்கி, நிதிப் பற்றாக்குறையை கட்டுப்பாட்டுக்குள் கொண்டுவர முயன்றபோது, உலக அளவில் விவசாயப் பொருள்களுக்கான விலைகள் சரிந்துவந்தன. ஒவ்வொரு ஆண்டும் 8 சதவீத அளவுக்கு உயர்த்தி வழங்கப்பட்ட குறிப்பிட்ட சில விவசாய பொருள்களுக் கான குறைந்தபட்ச ஆதார விலை, 3.5 சதவீதமாக சரிந்தது. இதனால், ஊரகப் பகுதிகளில் ஏற்பட்டு வந்த இயல்பான வளர்ச்சி, தளர்ச்சியடையத் தொடங்கியது.

இதனோடு, 2014 - 15, 2015 -16 இரண்டு ஆண்டுகளில் நாட்டில் கடும் வறட்சி ஏற்பட, விவசாயம் முற்றிலும் பொய்த்தது. இதன் விளைவாக பல்வேறு மட்டங்களில் பாதிப்பு ஏற்பட, மொத்த உள்நாட்டு உற்பத்தி அளவில் சரிவு. பணமதிப்பு நீக்கம், வெந்த புண்ணில் வேலைப் பாய்ச்சியது.

இந்திய ஜி.டி.பி.யில் 40 சதவீத பங்களிப்பு செய்வது முறைசாரா தொழில்கள். அவை பெரும்பாலும் ரொக்கப் பரிமாற்றத்தையே அடிப்படையாக கொண்டவை. இவற்றில் பெரும்பாலும் ஊரக, சிறுநகரப் பகுதிகளிலேயே இயங்குவது கண்கூடு. பணமதிப் பிழப்பு நடவடிக்கை, ஏற்கெனவே விவசாயத்தால் நொடிந்து போனவர்களை மேலும் சிரமப்படுத்தியது. இவையெல்லாமும் மொத்த உள்நாட்டு உற்பத்திச் சரிவுக்கு முக்கிய காரணங்கள் ஆகின்றன.

என்ன செய்யலாம்?

இரண்டு மூன்று முனைகளிலிருந்து வளர்ச்சி வேகத்தைத் துரிதப்படுத்த வேண்டும். முதலில் வட்டி விகிதங்கள். ரிசர்வ் வங்கி ஆளுநர் உர்ஜித் படேல் மற்றும் நிதி ஆலோசனைக் குழுவின் முக்கிய குறிக்கோளாக இருப்பது நிதிப் பற்றாக்குறையைக் கட்டுப் படுத்துவதுதான். மொத்த ஜி.டி.பி.யோடு ஒப்பிடும்போதும் நிதிப் பற்றாக்குறையை 3.2 சதவீத அளவில் கட்டுக்குள் வைக்கவேண்டும் என்பது அவர்களது எண்ணம்.

நிதிப் பற்றாக்குறையைக் கட்டுப்படுத்தும் முயற்சியில், தொழில் வளர்ச்சி காவு கொடுக்கப்படக் கூடாது. அக்டோபரில் வரக்கூடிய ரிசர்வ் வங்கியின் நிதிக் குழுக் கூட்டத்தில் மேலும் ஒரு சதவீத அளவுக்கு 'ரெப்போ' வீதம் குறைக்கப்படவேண்டும் என்பது நிபுணர்கள் கருத்து. கால் சதவீதம், அரை சதவீதம் அல்ல, முழுமையாக ஒரு சதவீதம் வேண்டும். இதனால், வங்கிகளி லிருந்து கிடைக்கும் கடன் தொகைக்கான வட்டியும் இதர வட்டி விகிதங்களும் பெருமளவு குறையக் கூடும்.

இதனால், இன்று சோர்ந்துபோயிருக்கக்கூடிய தொழில் துறையினருக்கு, பெரிய டானிக் கிடைக்கும். சட்டென்று தொழில்துறை குதித்து எழுவதற்கு இத்தகைய அதிரடி தேவை. ஏற்கெனவே வாராக் கடன் பிரச்னையில் தத்தளிக்கும் வங்கித் துறையும் தமது பயங்களையும் தயக்கங்களையும் தாமதங்களையும் கைகழுவிவிட்டு, தொழிற்கடன் வழங்குவதில் முனைப்பு காட்ட வேண்டும்.

நிதிப் பற்றாக்குறை இந்த ஆண்டு 3.5 சதவீதமும் அடுத்த ஆண்டு 4 சதவீத அளவுக்கும் உயர்ந்தாலும் பரவாயில்லை. உற்பத்திப் பெருக்கமும் வேலைவாய்ப்புகளும் செல்வ வளமும் பெருகிய பின்னர், அதனை மீண்டும் கட்டுக்குள் கொண்டுவந்துவிடலாம் என்பது நிதி ஆலோசகர்களின் கருத்து.

இவை மட்டுமே போதுமா? போதாது. தனியார் நிறுவனங் களுக்கு, இந்தியாவில் தொழில் செய்வது லாபகரமானது என்பதை மீண்டும் நிறுவவேண்டும். அதனால், நிறுவன வரியை பத்து சதவீதமாக குறைக்கவேண்டும். இதன்மூலம், நிறுவனங்களிடம் இருந்து அரசுக்கு வரும் வரிவருவாயும் பெருகும், அதேசமயம், அவர்களுடைய முதலீடுகளுக்குக் கிடைக்கும் லாபத்தின் அளவும் உயரும். மூலதன ஆதாய வரி முற்றிலும் நீக்கப்படவேண்டும். இதனால், மூலதனப் புழக்கம் அதிகரிக்கும். ஜி.எஸ்.டி. வரிவிகிதத்தில் உள்ள பல்வேறு அடுக்குகளை நீக்கி, ஒரே அடுக்கில் கொண்டுவர வேண்டும். இதன்மூலம், தேவையற்ற கணக்கீட்டுக் குழப்பங்கள் தீர்க்கப்படும்.

நடப்பு நிதியாண்டில், பொருளாதார வளர்ச்சியில் ஏற்படும் தாக்கத்தை தடுக்க, ரயில்வே, வங்கிகள் உள்ளிட்ட துறைகளில் ஊக்குவிப்பு திட்டங்களை செயல்படுத்துவது குறித்து அரசு பரிசீலிப்பதாக தகவல்கள் வெளியாகியுள்ளன. இதற்கு 50,000 கோடி வரை ஒதுக்கப்படும் என்றும் தெரிகிறது. இதன்மூலமும் பொருளாதாரம் வளர்ச்சி வேகம் பெறும்.

சில சமயங்களில் நான்கு மாட வீதிகளில் தேர் போகும்போது, எங்கேனும் முட்டிக்கொண்டு நின்றுவிடலாம். திட்டமிட்டு, நவீன கருவிகளைப் பயன்படுத்தி, ஊர்கூடி, மீண்டும் ரதத்தை ஓடவைப்பதற்கு அனைத்து முயற்சிகளும் மேற்கொள்ளப்படும். இந்தியப் பொருளாதாரத் தேரின் நிலையும் இப்போது அப்படித்தான் இருக்கிறது. ஊர் கூடி தேர் இழுப்போம்.

(2.10.2017)

22

நாடு உயர, வீடு உயரட்டும்!

உலகெங்கும் பல நாடுகளின் பொருளாதார வளர்ச்சிக்கு உறுதுணையாக இருக்கும் துறைகளில் ஒன்று, மனைவணிகம். இந்தியாவில் அத்துறையை மீண்டும் பொலிவுபெறச் செய்து, அதன்மூலம், வேலைவாய்ப்புகளையும் வளர்ச்சியையும் பெருக்க, மத்திய ரிசர்வ் வங்கியும் அரசாங்கமும் எடுத்துவரும் முயற்சிகள் நம் கவனத்தைக் கவருகின்றன. அவை என்ன?

அடுக்ககங்களையோ மனைகளையோ வாங்குவதற்கு முதலில் மக்களிடம் போதிய நிதி வசதி தேவை. இதற்கு, மத்தியமர்களும் மாதச் சம்பளக்காரர்களும் நம்பியிருப்பது வங்கிக் கடன்களையே. வங்கிக் கடன்களோ பல்வேறு சிக்கல்களில். முக்கியமாக அதன் வட்டி விகிதம்.

அமெரிக்காவில் *30 ஆண்டுகளுக்கான நிலையான வட்டி விகிதம் 3.83 சதவீதம், 15 ஆண்டுகளுக்கான வட்டிகிவிதம் 3.13 சதவீதம்; நியூசிலாந்திலோ 3.87 சதவீதம்; இங்கிலாந்திலும் வட்டிவிகிதம் குறைவே. ஆனால், இந்தியாவிலோ எம்.சி.எல்.ஆர். அடிப்படையில் வழங்கப்படும் குறைந்தபட்ச வட்டிவிகிதமே 8.35 சதவீதம்.*

இத்தனைக்கும் மத்திய ரிசர்வ் வங்கி, தனியார் வங்கிகளுக்கு வழங்கும் தொகைக்கான வட்டி விகிதமான 'ரெப்போ' விகிதத்தைத் தொடர்ந்து குறைத்து வருகிறது. இதன் பலன் வாடிக்கையாளர் களுக்கு நேரடியாகப் போய்ச்சேர வேண்டும், அவர்கள் பெறும்

கடன்களுக்கான வட்டிவிகிதம் குறையவேண்டும் என்பதே ரிசர்வ் வங்கியின் எண்ணம். வங்கிகளோ, இந்தப் பலனை வாடிக்கை யாளர்களுக்கு வழங்குவதில் தாமதம் செய்கின்றன அல்லது குறைந்த அளவே வழங்குகின்றன.

வங்கிகள் பல்வேறு பிரிவினருக்குக் கடன்கள் வழங்குகின்றன. அவற்றில் 'பர்சனல் லோன்' எனப்படும் தனிநபர் கடன் மட்டும் 22 சதவீதம். இதிலும் பெரும்பான்மை, வீட்டுக் கடன் தான். இந்தப் பிரிவினர் மட்டும் தான் நியாய, தர்மத்துக்குக் கட்டுப்பட்டு வட்டியையும் முதலையும் ஒழுங்காகச் செலுத்தக்கூடியவர்கள். இவர்களிடையே 'வாராக்கடன்' பிரச்னை வாரா.

இவர்களுக்கு வயிற்றில் பாலை வார்க்கும்விதமாக, ரிசர்வ் வங்கியின் ஆய்வுக் குழுவொன்று நல்ல ஆலோசனைகளைத் தெரிவித்துள்ளது. கடன்களுக்கான வட்டியை நிர்ணயம் செய்யும் போது, வங்கிகள், கருவூல பில்களின் விகிதம் அல்லது குறுகியகால கடன்களுக்கான விகிதம் அல்லது மத்திய வங்கியின் ரெப்போ விகிதம் ஆகியவற்றை அடிப்படையாக கொண்டிருக்கவேண்டும் என்பது இக்குழுவின் கருத்து.

இந்த விகிதங்களும் காலாண்டுக்கு ஒருமுறை மாற்றியமைக்கப் படவேண்டும். இப்போது இது ஓராண்டுக்கு ஒருமுறை மாற்றப்படுகிறது.

ஏற்கெனவே வீட்டுக்கடன் வாங்கியவர்கள், பழைய 'பேஸ் ரேட்' வட்டி விகிதத்திலிருந்து எம்.சி.எல்.ஆர். வட்டிவிகிதத்துக்கு மாறும்போது, கூடுதல் கட்டணம் எதுவும் வசூலிக்கப்படக் கூடாது.

எம்.சி.எல்.ஆர். என்ற புதிய முறையிலான வீட்டுக் கடன் வட்டிவிகிதம் ஏப்ரல் 2016 முதல் அமலுக்கு வந்துள்ளது. இதனைப் பின்பற்றும்போது, வாடிக்கையாளர்களுக்கான வட்டிவிகிதம் குறையும். 'பேஸ் ரேட்'டிலிருந்து எம்.சி.எல்.ஆர்.ருக்கு மாறுவதற்கு இறுதி தேதி எதுவும் குறிக்கப்படாததால், வங்கிகள் மிகமிக மெதுவாகவே, மாற்றங்களைச் செய்துவருகின்றன. இதனால், ரிசர்வ் வங்கி விரும்பும் பலன், வாடிக்கையாளர்களுக்குக் கிடைக்க வில்லை. மத்திய ரிசர்வ் வங்கி ஆய்வுக்குழு ஆலோசனைகளுக்குப் பின்னர் இந்த நிலையில் முன்னேற்றம் ஏற்படும்.

மேலும், பிரதமர் வீட்டு வசதித் திட்டத்தின் கீழ் முதன் முறையாக வீடு வாங்கினால் வீட்டுக் கடனுக்கான வட்டியில் குறிப்பிட்ட சதவீதம், மானியமாக வழங்கப்படும். டிசம்பர் 2017 உடன் முடிவதாக இருந்த மானியத் திட்டம், மார்ச் 2019 வரை நீட்டிக்கப்

பட்டுள்ளது மற்றொரு முக்கிய முன்னேற்றம். வட்டி மானியத்தின் மூலம், முதல்முறை வீடு வாங்குவோரது நிதிச்சுமை ஓரளவுக்குக் குறைய வாய்ப்புள்ளது.

அரசாங்கம் செயல்படுத்தும் மற்றொரு திட்டம், மலிவுவிலை வீட்டுவசதி. இதற்காக, அரசாங்க நிலத்தைப் பயன்படுத்தி தனியார் நிறுவனங்கள் கட்டடங்கள் கட்டுவதற்கான ஆறு திட்ட மாதிரிகள் உருவாக்கப்பட்டுள்ளன.

வீட்டுவசதியை மேம்படுத்த, மேலும் ஒரு வழிமுறையை அரசாங்கம் மேற்கொண்டுள்ளது. அதன்படி, பத்து லட்சம் பேர்களுக்கு மேல் வசிக்கக்கூடிய 53 இந்திய நகரங்களில் உள்ள ஃப்ளோர் ஸ்பேஸ் இண்டக்ஸை (எஃப்.எஸ்.ஐ.) மாற்றியமைக்க திட்டமிடப் பட்டுள்ளது. அடி மனையின் அளவைப் பொறுத்து, அதன்மீது எத்தனை சதுர அடி கட்டடம் கட்டப்படலாம் என்று வரையறுக்கும் விகிதமே எஃப்.எஸ்.ஐ. பல நகரங்களில் இந்த விகிதம் வெகு குறைவாக உள்ளது. இதனை மாற்றியமைப்பதன் மூலம், இருக்கக்கூடிய சிறிய இடத்தில் அதிக எண்ணிக்கையிலான அடுக்ககங்கள் எழுப்பப் படலாம்.

அரசாங்கம் மட்டுமல்லாமல், வங்கிகளும் ரியல் எஸ்டேட் துறை வளர்ச்சியை மேம்படுத்த முயன்று வருகின்றன. ஒரு வங்கி, முதல் பன்னிரெண்டு மாதாந்திர தவணைத் தொகையை தள்ளுபடி செய்ய, மற்றொரு வங்கி, மொத்த கடனில் ஒரு சதவிகிதத் தொகையை கேஷ்பேக்காக வழங்க முன்வந்திருக்கிறது. இன்னொரு நிறுவனம் மறைமுக கட்டணங்கள் அத்தனையையும் ஒழித்துவிட, இன்னொரு வங்கி, பிராசஸிங் கட்டணத்தைக் குறைத்துவிட்டது.

இவை போதுமா? போதாது. பதிவுக் கட்டணங்கள் பல மாநிலங்களில் மிக அதிகம். அதைக் குறைக்க வேண்டும் என்பதோடு, கட்டடங் களுக்கு அனுமதி கொடுக்கப்படும் ஒற்றைச்சாளர முறை எல்லா மாநிலங்களிலும் அமல்படுத்தவேண்டும் என்ற கோரிக்கையும் முன்வைக்கப்படுகிறது. 'வரப்புயர கோன் உயர்வான்' என்பது அவ்வையின் பழம்பாடல். இப்போது, 'கடன் பெருக, நாடு உயரும்' என்பதே பொருளாதாரப் புதுமொழி.

(9.10.2017)

23

முதல் மூன்று இடங்களுக்கான போட்டி!

பாரதி ஏர்டெல் நிறுவனம், டாடா டெலிசர்வீசஸ் நிறுவனத்தின் தொலைத்தொடர்பு பிரிவைக் கையகப்படுத்தப்படுத்த ஒப்புக் கொண்டது, மிக முக்கிய முன்னேற்றமாக கருதப்படுகிறது. இந்திய தொலைத்தொடர்புத் துறையில் ஏற்பட்டுவரும் ஒருங்கிணைப் பாகவும், இதனால், வாடிக்கையாளர்களுக்கு ஏராளமான பலன்கள் கிடைக்கும் என்றும் நம்பப்படுகிறது. இந்த நம்பிக்கை உண்மையா?

முகேஷ் அம்பானியின் 'ஜியோ' சேவை அறிமுகமாகவில்லை எனில், இத்தகைய ஒருங்கிணைப்புக்கான தேவையே எழுந்திருக்காது என்ற உண்மையை ஏற்கவேண்டும். வாடிக்கையாளர்களைக் கவர்ந்திழுக்கும் பல்வேறு அதிவேக சேவைகளை இலவசமாகவே வழங்கியதன் மூலம், மற்ற தொலைத்தொடர்பு நிறுவனங்கள் லேசாக ஆட்டம் கண்டன.

'ஜியோ'வினால் மற்ற தொலைத்தொடர்பு சேவையாளர்களுக்கு ஏற்பட்ட முக்கிய பிரச்னை, சேவைகளுக்கான கட்டணங்களை உயர்த்த முடியவில்லை என்பதுதான். இன்றைக்கு தொலைபேசி அழைப்பு களைப் போலவே, 'டேட்டா' எனப்படும் இணையச் சேவை மிகமுக்கியமான தொழில். 'டேட்டா'வில்தான் வருவாய் அதிகம். இங்கேதான் ரிலையன்ஸ் 'ஜியோ' கட்டையைப் போட்டது.

வாழ்நாள் முழுக்க அழைப்புகள் இலவசம் என்பதோடு, அதிவேக இணையத்தை முதல் மூன்று மாதங்கள் இலவசமாகவே வழங்க

(அது ஜூன் 2017 வரை நீட்டிக்கப்பட்டது), சந்தை படுத்துவிட்டது. விளைவு, போட்டி நிறுவனங்கள் திண்டாடத் தொடங்கிவிட்டன.

இந்த நிலையில் தான், 'ஐடியா' நிறுவனமும் 'வோடபோன்' நிறுவனமும் கைகோக்க முன்வந்தன. அனில் அம்பானியின் 'ஆர்காம்' நிறுவனம், 'ஏர்செல்' நிறுவனத்தைக் கையகப்படுத்த முனைந்தது. ஆனால், அது பின்னர் கைவிடப்பட்டது. ஏற்கெனவே ஏர்டெல் நிறுவனம் 'டெலிநார்' நிறுவனத்தையும் 'டிகோனா'வின் 4ஜி பிரிவையும் தன்னுடன் இணைத்துக்கொண்டது.

வலுவுள்ளவனே வாழ்வான் என்ற கருத்துக்கு ஏற்ப, ஒவ்வொரு நிறுவனமும் முட்டிமோதுகின்றன. கட்டணப் போட்டியில் தாக்குப்பிடிக்க முடியாமல், பல சின்ன நிறுவனங்கள் ஏற்கெனவே கடையை மூடிக்கொண்டு கிளம்பிவிட்டன, அல்லது பெருநிறுவனங்களோடு ஐக்கியமாகிவிட்டன. இப்போதைய ஒருங்கிணைப்புகளின் இறுதியில், ஏர்டெல், ஐடியா - வோடபோன், ஜியோ ஆகியவை மட்டுமே சந்தையில் முதல் மூன்று நிலைகளில் நிலைத்து நிற்கும் என்று தெரிகிறது.

இத்தகைய ஒருங்கிணைப்பை, பங்குவர்த்தக ஆய்வாளர்களும் தொழில்துறை நிபுணர்களும் வரவேற்கின்றனர். தொலைத் தொடர்பு நிறுவனப் பங்குகளின் விலை உயரும், லாபம் பெருகும் என்பது இவர்களது கணிப்பு.

ஆனால், வேறு கேள்விகள் எழாமல் இல்லை. இதனால், வாடிக்கை யாளர்களுக்கு என்ன பலன்? அரசாங்கத்துக்கு என்ன பலன்?

ஒரு துறையில் பல போட்டியாளர்கள் இருந்தால்தான், வாடிக்கை யாளருக்குத் தரமான சேவை கிடைக்கும். ஒருங்கிணைப்பு ஏற்படும் போது, வாடிக்கையாளர்களுக்கான வாய்ப்பு குறைந்து போகும். பிடிக்கிறதோ பிடிக்கவில்லையோ, ஒரு சில குறிப்பிட்ட சேவை தருபவர்களிடமே அடைபட்டுக் கிடக்கவேண்டிய நிலை ஏற்படும்.

சில நிறுவனங்கள் தனித்துவமான சேவைகளை, வசதிகளை ஏற்கெனவே வழங்கிக்கொண்டிருக்கலாம். ஒருங்கிணைப்பு ஏற்படும் போது, இத்தகைய தனித்துவச் சேவைகள் அனைத்தும் நிறுத்தப் பட்டு, அனைவருக்கும் பொதுவான வழக்கமான சேவைகளே வழங்கப்படும். இதனாலும் வாடிக்கையாளரின் திருப்தி பாதிக்கப்படும்.

நிறுவனங்கள் பெரிதாகும்போது ஏற்படும் இன்னொரு பிரச்னை, வாடிக்கையாளர் சேவையின் தரம். அப்போது வாடிக்கையாளர்கள் வெறும் எண்ணிக்கையாகச் சுருங்கிப் போவார்கள். அவர்களை

மனிதர்களாக மதிக்கும் போக்கு மாறிவிடும். அக்கறையும் கவனமும் குறைந்துபோகும்.

புதிய தொழில்நுட்பங்கள் அறிமுகமாகும்போதோ, மேம்பாடுகள் செய்யப்படும்போதோ, அவற்றுக்கான கட்டணங்கள் அதிகமாக இருக்க வாய்ப்புண்டு.

தொலைத்தொடர்பு நிறுவனங்கள் பன்மடங்கு வளர்ந்துவிடும் என்பதால், அன்றைக்கு புதிய போட்டி நிறுவனங்கள் தோன்றி, புதிய சேவைகளை வழங்குவதற்கு செய்யவேண்டிய முயற்சியும் முதலீடும் முனைப்பும் பன்மடங்கு அதிகமாக இருக்கும்.

இப்போதே யோசித்துப் பாருங்கள். முகேஷ் அம்பானி போன்ற பெரு முதலீட்டாளர் ஒருவரால்தான், இங்கே ஒரு குலுக்கு குலுக்க முடிந்தது. ஜூலை 2017க்குள் 12.9 கோடி வாடிக்கையாளர்களைப் பெற முடிந்ததென்றால், அதற்கு அவர் செய்திருக்கும் முதலீடு 29 பில்லியன் டாலர்கள் (1.87 லட்சம் கோடி ரூபாய்).

ஒருங்கிணைப்பு ஏற்படுத்தும் உடனடி பாதிப்புகளில் ஒன்று, வேலையிழப்பு. இத்துறையில் பணியாற்றும் சுமார் 30 ஆயிரம் முதல், 1.5 லட்சம் பேர் வரை, நேரடியாக வேலை இழக்கலாம் என்பது ஒரு கணிப்பு. மறைமுக வேலையிழப்புகளுக்குக் கணக்கே இல்லை.

தொலைதொடர்பு நிறுவனங்கள், அலைக்கற்றை வாங்கிய போது, அதற்கான தொகையை முன்பு பத்தாண்டுகளுக்குள் அரசுக்குச் செலுத்தவேண்டும் என்ற உச்சவரம்பு இருந்தது. இப்போது அதனை 16 ஆண்டுகளுக்கு நீட்டித்து வழங்க, அமைச்சர்கள் குழு ஒத்துக்கொண்டுள்ளது. இந்நிறுவனங்கள் மேல் விதிக்கப்பட்ட அபராதங்கள் மீதான வட்டியும் குறைக்கப்பட்டுள்ளது மற்றொரு சலுகை.

வாராக்கடன் பிரச்னைக்குப் பிறகு, வங்கிகள், இந்நிறுவனங்களின் திட்டங்களுக்கு நிதியுதவி அளிக்கத் தயங்குகின்றன. தொலைத் தொடபுத் துறையின் மொத்த கடன் பாக்கி, சுமார் 4.6 லட்சம் கோடி ரூபாய். இந்நிலையில், அரசு தனியே ஒரு நிதியத்தை ஏற்படுத்தி, நிதியுதவி அளிக்கவேண்டும் என்ற கோரிக்கை வலுப்பெறுகிறது. அரசாங்கம் இதற்கும் செவிசாய்க்க வாய்ப்புண்டு.

அதோடு, வருடாந்திர லைசென்ஸ் கட்டணம், அலைக்கற்றையைப் பயன்படுத்தும் கட்டணம் ஆகியவற்றையும் குறைக்கவேண்டும் என்பது இவர்களது கோரிக்கை. ஒருவகையில், அரசாங்கத்தின் வலுவான ஆதரவினால்தான், இந்த நிறுவனங்கள் தலைநிமிர்ந்து

நிற்கின்றன. வேறு வகையில் சொல்வதென்றால், மக்களின் வரிப்பணம்தான் இவர்களைத் தாங்கிப் பிடிக்கும் ஊன்றுகோல்.

இவ்வளவையும் செய்யும் அரசாங்கம், தன் சொந்த நிறுவனங்களான பி.எஸ்.என்.எல்., எம்.டி.என்.எல் ஆகியவற்றுக்கு என்ன செய்துள்ளது? அது ஏன் இந்த முதல் மூன்று இடங்களுக்கான போட்டியில் இடம்பெற முயற்சி செய்யவில்லை? என்ற கேள்வி எழாமல் இல்லை. பதில் தான் தெரியவில்லை.

(16.10.2017)

24

சரியும் பௌண்ட், சரியுமா சர்வதேசப் பொருளாதாரம்?

ஜூன் மாதத்தோடு முடிந்த காலாண்டில், இந்தியாவின் மொத்த உள்நாட்டு உற்பத்தி 5.7 சதவீதத்தைத் தொட்டது என்று சொன்னவுடன், நம் பொருளாதார வல்லுநர்கள் எப்படி பதறினார்களோ, அப்படிப் பட்ட ஒரு பதற்றம் பிரிட்டனில் ஏற்பட்டுள்ளது. அங்கே, அந்நாட்டு நாணயமான பௌண்ட் ஸ்டர்லிங், படிப்படியாக வலுவிழந்து வருவதே இதற்கு முக்கிய காரணம். என்ன நடக்கிறது பிரிட்டனில்?

முதலில் செப்டம்பரில் என்ன நடந்தது என்று பார்த்துவிடுவோம்.

நான்காண்டுகளில் இல்லாத அளவுக்கு, ஆகஸ்ட் மாதத்தோடு ஒப்பிடும்போது செப்டெம்பரில், பிரிட்டனின் சில்லறை வணிகம் 0.8 சதவீதம் சரிந்துள்ளது. இதற்கு முக்கிய காரணம் பணவீக்கம். அதற்கு முக்கியமாக பங்களித்துள்ளது பௌண்ட் ஸ்டெர்லிங்கின் மதிப்பு வீழ்ச்சி. மக்களின் வாங்கும் சக்தி படிப்படியாக குறைந்துள்ளது. மக்கள் பல பொருள்களை உடனடியாக வாங்காமல், தள்ளிப் போடுகின்றனர். அல்லது, பொருட்களின் விலையேற்றத்தினால், அவர்களால் வாங்க முடியாத சூழல் ஏற்பட்டுள்ளது. இவை இரண்டுமே நல்லதில்லை. எங்கோ கோளாறு ஏற்பட்டுள்ளது என்பதே இதற்கு அர்த்தம்.

சில்லறை வணிக வீழ்ச்சியில் அதிகம் பாதிப்படைந்தது, சூப்பர் மார்கெட்டுகளும் உணவுப் பொருட்கள் விற்பனை செய்யும் சந்தைகளும், பெட்ரோல் பங்குகளும்தான். கம்பியூட்டர் கேம்கள்,

மொபைல் போன்கள் மற்றும் மடிக்கணினிகளின் விற்பனை அளவும் செம்படம்பரில் சரிந்துள்ளன.

அந்த நாட்டின் பணவீக்கம் 3 சதவீத அளவைத் தொட்டுள்ளது. கடந்த ஐந்து ஆண்டுகளில் இல்லாத அளவுக்கு பணவீக்கம் அதிகரித்துள்ளது கவலையை ஏற்படுத்தியுள்ளது. சில்லறை வணிகத்தில் ஏற்பட்டுள்ள வீழ்ச்சியும் பணவீக்கமும் ஏன் இவ்வளவு தூரம் அதிர்ச்சி அலைகளை ஏற்படுத்த வேண்டும்?

முதலில் பிரிட்டனின் வர்த்தகப் பாங்கைப் புரிந்துகொள்ள வேண்டும். அந்த நாட்டின் மொத்த வருவாயில் தொழிற்சாலை களின் பங்கு வெறும் பத்து சதவீதம் தான். சேவை துறையின் பங்களிப்பு 80 சதவீதம். அந்த நாட்டில் விற்பனையாகும் பெரும் பாலான பொருட்கள், வெளிநாடுகளில் இருந்து இறக்குமதி செய்யப்படுபவை. அவற்றின் விற்பனை அதிகரித்தால்தான் பொருளாதாரம் உயரும்.

இந்நிலையில், சில்லறை விற்பனையில் ஏற்பட்டுள்ள சரிவு பொருளாதாரத்துக்கு ஏற்பட்டுள்ள பெரும் பின்னடைவு. ஏன் இந்தப் பின்னடைவு ஏற்படவேண்டும்? அதற்கு பௌண்ட் ஸ்டெர்லிங்கின் வீழ்ச்சி முக்கியமான காரணம்.

ஜூன் 2016ல் பிரிட்டன், 'பிரெக்சிட்' முடிவை எடுத்தது. அதாவது, ஐரோப்பிய ஒன்றியத்திலிருந்து பிரிட்டன் தனியே பிரிந்துவிடலாம் என்பதை பொதுவாக்கெடுப்பின் மூலம், அந்நாட்டு மக்கள் உறுதி செய்தனர்.

இப்போது பிரிட்டனின் பிரதமராக இருக்கும் தெரசா மே, இந்த பிரியும் முடிவை செயல்படுத்த முனைந்து வருகிறார். அதில் எண்ணற்ற சிக்கல்கள், உடன்பாடுகள், குறைகள், ஏற்ற இறக்கங்களைச் சந்தித்து வருகிறார்.

இத்தகைய தடுமாற்றமான சூழலில், பௌண்ட் ஸ்டெர்லிங் தொடர்ந்து அடிவாங்கி வருகிறது. சில்லறை விற்பனைச் சரிவு விவரம் வெளியானவுடன், ஒரு யூரோவுக்கு இணையான பௌண்டின் மதிப்பு மேலும் சரிந்துபோனது. ஒரு யூரோவை வாங்குவதற்கு 89.90 பென்ஸ் போதும். அதேபோல், அமெரிக்க டாலருக்கு இணையாகவும் பௌண்டின் விலை அரை சதவீதம் குறைந்தது.

'பிரெக்சிட்' பொது வாக்கெடுக்குப்புக்கு முந்தைய நிலையோடு ஒப்பிடும்போது, யூரோவுக்கு இணையான பௌண்டின் மதிப்பு 14

சதவீதம் குறைந்திருக்க, அமெரிக்க டாலருக்கு இணையான பெளண்டின் மதிப்பு 10 சதவீதம் குறைந்துள்ளது.

பெளண்டின் மதிப்புச் சரிவினால் ஏற்படக்கூடிய சாதக பாதகங்கள் தான் நம் கவனத்தைக் கவருகின்றன. முதலில் சாதகங்கள்:

1. பிரிட்டன் வரும் சுற்றுலா பயணிகளுக்குக் கொஞ்சம் செலவு குறையும்.

2. பிரிட்டனில் முதலீடு செய்துள்ள பல்வேறு வெளிநாட்டு முதலீட்டாளர்களுக்குக் கொஞ்சம் சிரமம் குறையும்.

3. அங்கே கல்வி பயிலும் மாணவர்களுடைய செலவுகள் குறையும்.

4. வெளிநாடுகளில், குறிப்பாக அமெரிக்காவில் முதலீடு செய்து லாபம் ஈட்டும் பிரிட்டிஷ் நிறுவனங்கள் கூடுதல் லாபம் பார்க்கும்.

பாதகங்கள் :

1. பிரிட்டனுக்கு ஏற்றுமதி செய்யும் இந்தியா போன்ற வெளிநாட்டு நிறுவனங்கள் பாதிப்படையும். ஏனெனில், அவர்களுடைய சரக்குக்குக் கிடைக்கும் வருவாய் குறைந்து போகும். நாணய மாற்று மதிப்பு குறைந்துபோவதால் லாபம் குறையும்.

2. பிரிட்டனிலிருந்து அமெரிக்கா, ஐரோப்பா சுற்றுலா செல்பவர்கள் கூடுதலாகச் செலவு செய்ய வேண்டும்.

3. பிரிட்டனில் வாழும் வெளிநாட்டு பணியாளர்கள். அவர் களுடைய வருவாயும் அதன் நாணய மாற்று மதிப்பும் குறைந்துபோவதால், பிரிட்டனில் வேலைசெய்வது அவ்வளவு கவர்ச்சிகரமாக இராது.

இதையெல்லாம் விட முக்கியம், பிரிட்டனில் வாழ்பவர்களின் வாழ்க்கை நிலை, செல்வ நிலை படிப்படியாக குறைந்துவருவது அந்நாட்டு மக்களுக்கு கவலை அளிக்கிறது. அவர்களுடைய வருவாய் குறைவு, விலைகளோ அதிகம். இந்நிலையில், இங்கிலாந்து மத்திய வங்கி, வட்டி விகிதங்களில் மாற்றம் கொண்டுவர வேண்டிய தேவை ஏற்படலாம் என்று தெரிவித்திருக்கிறது.

அதாவது, வங்கியின் வட்டி விகிதம் கூட்டப்படலாம் என்பது செய்தி. இப்படிச் செய்தால், தொழிற்கடன்களின் வட்டி

விகிதமும், இதர கடன்களின் வட்டி விகிதங்களும் உயர்ந்துவிடும். அதனாலும், அங்கே பாதிப்புகள் தொடரும் வாய்ப்புண்டு.

இதெல்லாவற்றுக்கும் அடிப்படைக் காரணமாக இருப்பது ஐரோப்பிய ஒன்றியத்திலிருந்து விலகும் முடிவுதானே? அதை ஏன் மீண்டும் மறுபரிசீலனை செய்யக்கூடாது என்ற கருத்தும் பிரிட்டனில் முன்வைக்கப்படுகிறது.

பௌண்டின் மதிப்புச் சரிவு என்பது பணவீக்கம், வருவாய்ப் பெருக்கமின்மை, சில்லறை வர்த்தகத்தில் உயர்வின்மை என்று சகலவிதமான இடர்களுக்கும் ஆதியும் அந்தமுமாக இருக்கிறது. அதன் பாதிப்புகள் அங்கே மட்டும் இருக்கப் போவதில்லை. அது பிற நாடுகளுக்கும் பரவக்கூடிய தொற்றுநோய். இதனால், மொத்த ஐரோப்பிய ஒன்றியத்திலும் பொருளாதாரத் தேக்கநிலை ஏற்பட்டுவிடலாமோ என்ற கேள்வியும் எழுப்பப்படுகிறது.

2019க்குள் பிரிட்டன், ஐரோப்பிய ஒன்றியத்திலிருந்து முழுமை யாகப் பிரியவேண்டும். அதற்குள் உலகப் பொருளாதாரத்தை ஒரு பூகம்பத்தை கிளப்பிவிடாமல் இருக்கவேண்டும்.

(21.10.2017)

25

வேலைவாய்ப்புகளுக்கு புதிய அணுகுமுறை தேவை!

கடந்த சில நாட்களாக வெளிவரும் வேலைவாய்ப்புகள் பற்றிய செய்திகள் மீண்டும் கவனத்தைக் கவருகின்றன. ஜனநாயக முற்போக்குக் கூட்டணி தலைமையிலான மூன்றாண்டுகள் ஆட்சி நிறைவு பெற்றபோது, போதுமான வேலைவாய்ப்புகள் உருவாக்கப்படவில்லை என்ற விமரிசனத்தை எதிர்க்கட்சிகள் கடுமையாக முன்வைத்தன. அரசியல் பழிசுமத்தல்கள் அடங்கிய பிறகு, இப்போது நிதானமாக இதன் உண்மைத் தன்மையைப் புரிந்துகொள்ள முயற்சி செய்யலாம்.

இந்தியாவின் வேலைசெய்பவர்களின் எண்ணிக்கை சுமார் 50 கோடி. இதில், 22 கோடி பேர் விவசாயத் துறையில் இருக்கின்றனர். இந்தத் துறையில் புதிய வேலைவாய்ப்புகள் உருவாவதற்கான வாய்ப்பு இல்லை. விவசாயம் அல்லாத பிற துறைகளில், ஒவ்வொரு ஆண்டும் சுமார் 1 கோடி பேர் வேலைச் சந்தைக்கு வருகின்றனர். இவர்களுக்குத்தான் வேலைவாய்ப்புகளை உருவாக்கித் தர வேண்டிய சூழல் இருக்கிறது.

இதுவும் தோராயமான கணக்குதான். இந்தியாவில் உண்மையில் வேலைவாய்ப்பு இல்லாமல் இருப்பவர்கள் பற்றிய கணக்கு தெளிவில்லாமல் இருக்கிறது. ஒருவிஷயம் மட்டும் தெளிவு. முறைசாரா தொழில்களில் பணியாற்றுபவர்களின் எண்ணிக்கை மட்டும் மிக அதிகம். மொத்த வேலைவாய்ப்பில் அது 80 சதவீதம் வரை இருக்கலாம் என்பது மற்றொரு தோராயமான கணக்கு.

இந்தச் சூழ்நிலையில், பிரதமரின் பொருளாதார ஆலோசனைக் குழுவின் முதல் கூட்டம் நடைபெற்றது. அதில், முறைசாரா மற்றும் முறையான பொருளாதாரத்தை இணைப்பதற்கான வழிமுறைகள் உருவாக்கப்படும் என்றும் அதன்மூலம், வேலை வாய்ப்புகளை உருவாக்குவதற்கான நடைமுறைகள் வகுக்கப்படும் என்று தெரிவித்தது அக்குழு.

இதேபோல், பிரதமரின் தலைமைப் பொருளாதார ஆலோசகரான அரவிந்த் சுப்பிரமணியமும் இந்தத் திசையில் இன்னொரு முனையில் வேலைசெய்கிறார். நமது பொருளாதாரத்தைப் பாதிக்கும் முக்கியமான பிரச்னைகள் என்னென்ன, அவற்றைத் தீர்ப்பதற்கான வழிமுறைகள் என்னென்ன என்பதைப் பற்றிய அறிக்கையை அரவிந்த் உருவாக்கி வருகிறார்.

நிதி அமைச்சர் அருண் ஜேட்லி, வேலைவாய்ப்புகளை உருவாக்குவதே இந்த அரசாங்கத்தின் முன்னுரிமை என்பதை சமீபத்தில் வெளிப் படையாக ஒப்புக்கொண்டார். ஆக, அனைவர் கவனத்தையும் வேலைவாய்ப்பு உருவாக்கம் என்ற சிந்தனையே ஆக்கிரமித் துள்ளது என்பது நல்லதொரு முன்னேற்றம்.

சரி, என்ன செய்யப்பட வேண்டும்?

முதலில், நமது தொழில், வர்த்தக கொள்கையை மாற்றியமைக்க வேண்டும். தாராளமய கொள்கையைப் பின்பற்றத் தொடங்கிய 1990களில் உருவாக்கப்பட்ட அணுகுமுறையோடு இப்போது இந்திய தொழில்கள் செயல்பட முடியாது. பல்வேறு நாடுகளில் ஏற்பட்டுள்ள மாற்றங்களை ஒட்டியே நமது அணுகுமுறை மாறவேண்டும்.

இந்தியாவில் புதிய தொழில், வர்த்தக கொள்கை வகுப்பதற்கான முயற்சிகள் எடுக்கப்படுவது நம் கவனத்தை ஈர்க்கிறது. இதில் தனியார் நிறுவனங்கள் இங்கே லாபகரமான தொழில் செய்ய முடியும், எந்தவிதமான இடர்களும் இருக்காது, தலையீடுகளும் இருக்காது என்பதற்கான உறுதி வழங்கப்பட வேண்டும். தொடர்ச்சியாக அரசாங்கத்தின் சட்ட திட்டங்கள், வரி விதிப்பு முறைகள் மாறுதல் அடையுமானால், அதனால், தொழில்களின் வளர்ச்சி தேங்கிப் போகவே செய்யும்.

இரண்டாவது, ஏராளமான வேலைவாய்ப்புகளை உருவாக்கும் முக்கிய தொழில்களுக்கு அரசாங்கத்தின் கடைக்கண் பார்வை தேவை. உதாரணமாக, ஆயத்த ஆடை தயாரிப்பு, தோல் ஆடைகள்

தயாரிப்பு, மரச்சாமான்கள் உற்பத்தி, ஆபரணங்கள் தயாரிப்பு ஆகிய துறைகளுக்குத் தனிக்கவனம் கொடுக்கப்படவேண்டும். அந்தத் தொழில்களுக்குத் தேவைப்படும் இடுபொருட்களுக்கு மானியம், தேவையான சலுகைகள் ஆகியவை அளிக்கப்பட்டால், இந்தத் துறைகள் சற்றே தலைநிமிரும். அதனால், வேலை வாய்ப்புகள் அங்கே பெரும்.

மூன்றாவது, நாடெங்கும் இருக்கும் பல்வேறு சின்னச் சின்ன தொழில்நகரங்களுக்கு ஊக்கமளிப்பது. இந்தியாவில் 1,350 சிறு தொழில் நகரங்கள் இருக்கின்றன. அதேபோல், கைத்தறி, கைவினைப் பொருள்கள், அபூர்வமான கலைப்பொருள்கள் தயாரிக்கும் சுமார் 4,000 மையங்கள் இருக்கின்றன. இவை, நம் கவனத்தை அதிகம் ஈர்ப்பதில்லை. ஆனால், இங்கேதான் ஏராளமானோர் வேலை வாய்ப்பு பெறுகின்றனர். இவர்களுக்கு புதிய சந்தைகளை ஏற்படுத்தித் தருவதன் மூலம், வேலைவாய்ப்புகளை உயர்த்த முடியும்.

நான்காவது, பெரும் வேலைவாய்ப்புகளை இன்றைய தேதியில் உருவாக்குவது கட்டுமானத் துறைதான். வங்கிகளில் தனிநபர் கடன்களுக்கான வட்டி விகிதங்களைக் குறைப்பதன் மூலம், மத்தியமர்கள் புதிய வீடுகளை வாங்குவதற்கு முன்வருவார்கள். அதன் மூலம், அடுக்ககங்கள் தேவை அதிகரிக்கும். விளைவாக, வேலைவாய்ப்புகள் பெருகும்.

அரசாங்க வேலைவாய்ப்புகளை உயர்த்துவது இன்னொரு பெரிய முன்னேற்றமாக இருக்கும். ரயில்வே துறை ஏற்கெனவே இந்த விஷயத்தில் முந்திக்கொண்டிருக்கிறது. அதேபோல், காவல்துறை, நீதித் துறை, வருவாய்த் துறை ஆகியவற்றில் ஏராளமான நபர்களின் தேவை இருக்கிறது. நமது மக்கள் தொகையின் அளவுக்கு ஏற்ப போதுமான காவலர்களோ, நீதிமன்றப் பணியாளர்களோ, மருத்துவர்களோ, ஆசிரியர்களோ இல்லை என்பதை பல ஆய்வுகள் எடுத்து வைக்கின்றன. மத்திய, மாநில அரசுகள், இத்துறைகளில் நிரப்பப்படாத காலியிடங்களை நிரப்பினாலே, நன்கு படித்துவிட்டு வேலையில்லாமல் இருப்பவர்களின் எண்ணிக்கை குறையக்கூடும்.

தனியார் துறையினர் முன்வைக்கும் மற்றொரு முக்கிய பிரச்னை, இந்தியாவின் தொழிலாளர் சட்டங்கள். அதில் தேவையான இடங்களில் தளர்வு செய்யப்படுமானால், பல தொழிலகங்கள் முன்னேற வாய்ப்புள்ளது.

வழக்கமான துறைகளில் வேலைவாய்ப்புகளை உயர்த்துவதோடு, புதிய துறைகளில் கவனம் செலுத்துவதும் அவசியம். உதாரணமாக, இந்தியாவின் பண்பாட்டு வளம், ஏராளமான சுற்றுலா பயணிகளை இங்கே ஈர்க்கிறது. அதேபோல், மற்ற நாடுகளோடு ஒப்பிடும்போது இங்கே உயர் கல்வி கற்பதற்கான செலவு குறைவு. மருத்துவ வசதிகளும் அதற்கான செலவும் இங்கே குறைவு. இந்நிலையில், சுற்றுலாவையும், உயர் கல்விக் கூடங்களையும், மெடிக்கல் டூரிஸத்தையும் மையப்படுத்துவோ மானால், அடுத்த பத்தாண்டுகளுக்கு நமக்குத் தேவையான வேலைவாய்ப்புகள் கிடைத்துவிடும் என்றே நம்பலாம்.

(23.10.2017)

26

எவ்வளவு பெரிய ஜனநாயகவாதிகள் நாம்?

ஆதார் எண்ணோடு, செல்போன் எண்ணை, வங்கிக் கணக்கை இணைக்கவேண்டும் என்று மத்திய அரசு தெரிவித்தபோது, கடுமையான அதிருப்தி. ஆதார் அடையாள அட்டையினால் கிடைக்கக்கூடிய பலன்களைவிட, தனியுரிமைக்குப் பெரிய பாதிப்பு என்று நீதிமன்றம் சென்றவர்கள் உண்டு. தனிமனிதர்களை அரசு வேவு பார்க்கிறதா என்ற கேள்வி வேறு. சீனாவில் நடை பெற்றுவரும் ஒரு முயற்சியை நம் முயற்சியோடு ஒப்பிட்டுப் பார்த்தால், நாம் எவ்வளவு பெரிய ஜனநாயகவாதிகள் என்பது புரியும்.

சீனாவை ஆட்சிசெய்துவரும் மத்திய குழு ஒரு அறிக்கையை வெளியிட்டது. சீனாவில் உள்ள ஒவ்வொரு மனிதரையும் கணிக்கும் 'சமூக மதிப்பு அளவீட்டெண்'ணை உருவாக்குவதே அந்த அறிக்கையின் அடிப்படை.

அதாவது, நம் நாட்டில், வங்கிகளில் கடன் பெற, கடன் பெறும் திறனை அளவீடு செய்யும் 'கிரெடிட் ரேடிங் ஸ்கோர்' என்று ஒன்று உண்டு. நீங்கள் ஒவ்வொரு மாதமும் சரியான தேதியில், வீட்டுக் கடன், வாகனக் கடன், கல்விக் கடன் தொகைகளைச் செலுத்துகிறீர்களா என்பதை அளவீடு செய்து, உங்களுக்கு ஓர் ஸ்கோர் வழங்கப்படும். அதிக புள்ளி இருப்பவர்களுக்கு குறைந்த வட்டியில் கூடுதல் கடன் கிடைக்கும் என்பதே இதன் அர்த்தம்.

இதன் தொடர்ச்சி தான், சீனாவின் சமூக மதிப்பு அளவீட்டெண். இப்போதைக்கு இந்த அளவீட்டெண்ணை சீன மக்கள் விருப்பத்தின் பேரில் பெற்றுக்கொள்ளலாம். 2020 முதல் இது கட்டாயம்.

ஏன் இந்த அளவீடு? மக்களுடைய 'நம்பகத்தன்மை'யை கணித்து தேசிய அளவில் அதனை உயர்த்துவதோடு, 'நேர்மை'யையும் வலுவடையச் செய்ய வேண்டுமாம். 1.3 பில்லியன் மக்கள்தொகை உள்ள நாட்டில் நம்பகத்தன்மையையும் நேர்மையையும் எப்படி உயர்த்துவது?

அவர்களுடைய பழக்க வழக்கங்களைக் கண்காணிப்பதன் மூலம், வர்த்தக, நிதி பரிமாற்றங்களை அளவிடுவதன் மூலம், அவர்களுடைய சமூக வலைதள பங்களிப்புகளை கணிப்பதன் மூலம், சமூக மதிப்பு அளவீடு நடைபெறவிருக்கிறது. சீன அரசு 8 நிறுவனங்களுக்கு, மக்களின் நடவடிக்கைகளை கணித்து வழங்குவதற்கான லைசென்ஸை வழங்கியுள்ளது.

இதில் முக்கியமானது இணைய வர்த்தக நிறுவனமான அலிபாபாவின் துணை நிறுவனமான செஸ்மே கிரேடிட் என்பது. மக்களுடைய செயல்பாடுகள் தனித்தனியே மதிப்பிடப்பட்டு, 350 முதல் 900 புள்ளிகள் வரை வழங்கப்படுகின்றன. அவர்களுடைய நடவடிக்கைகள் ஐந்து பிரிவுகளின் கீழ் அளவிடப்படுகின்றன.

முதலில், கட்டணங்கள், கடன்களை உரிய தேதியில் செலுத்து கிறாரா? இரண்டு, அவரால் சொன்ன தேதியில் கடன்களைச் செலுத்தும் சக்தி இருக்கிறதா? மூன்று, அவரது தனிப்பட்ட விவரங்களான தொலைபேசி எண்கள், முகவரி, மின்னஞ்சல் ஆகியவற்றை உறுதிப்படுத்துதல். நான்காவதில் இருந்துதான், மக்களின் மனோபாவங்கள் அறியப்படுகின்றன.

குறிப்பாக ஷாப்பிங் பழக்கவழக்கங்கள் என்ன? அவர்கள் வாங்கும் பொருட்களிலிருந்து குணாதிசயம் நிர்ணயிக்கப்படுவதாக செஸ்மே கிரெடிட் ஒப்புக்கொண்டுள்ளது. 'ஒருவர் பத்து மணிநேரம் வீடியோ கேம் விளையாடினால், அவர் வேலைவெட்டி இல்லாதவர். தொடர்ச்சியாக குழந்தைகளுக்கான டையப்பர் வாங்கினால், அவர் பொறுப்புள்ள ஓர் அப்பா.'

ஐந்தாவது, சகமனிதர்களுடனான உறவு. அவரது ஆன்லைன் நண்பர்கள் யார்? அவர்கள் என்னவெல்லாம் பேசுகிறார்கள்? எழுதுகிறார்கள்? அதற்கு இவர் எப்படி பதில் அளிக்கிறார்? அரசை எதிர்த்து எழுதுகிறாரா? ஆதரிக்கிறாரா?

இவற்றைக் கண்காணித்து, ஒவ்வொன்றுக்கும் தனித்தனியே புள்ளிகள் வழங்கப்படுகின்றன. இதெல்லாம் எப்படி நடைபெறுகிறது? மக்களுடைய ஒவ்வொரு நடவடிக்கையையும் இணையத்தில் பதிவாகிக்கொண்டே இருக்கின்றன. அவை அனைத்தும் தொகுக்கப்பட்டு, ஒரு தனிநபரின் லட்சணங்கள் அத்தனையையும் பிட்டுப் பிட்டு வைக்கிறார்கள் பிக் டேட்டா ஆய்வாளர்கள். இவர்களுக்குத் தெரியாமல் உங்களால் ஒரு ஊசியையோ, பென்சிலையோ கூட வாங்க முடியாது, விற்க முடியாது.

பிரச்னை இங்கேயிருந்தான் ஆரம்பிக்கிறது. அதிக புள்ளிகள் இருந்தால் என்ன பயன்? இல்லாவிட்டால் என்ன நஷ்டம்?

600 புள்ளிகளைத் தொட்டால், இணையத்தில் பொருள்கள் வாங்க 5,000 யுவான் (சீன நாணயம்) கடன் கிடைக்கும். 650ஐ தொட்டால், டெபாசிட் கட்டாமல், கார் ஒன்றை வாடகைக்கு எடுத்துக்கொள்ள முடியும். ஓட்டல்களில் விரைவாக செக்-இன் செய்ய முடியும், பீஜிங் சர்வதேச விமான நிலையத்தில் வி.ஐ.பி. செக்-இன் வசதி கிடைக்கும். 666 புள்ளிகளுக்கு மேல் பெற்றுவிட்டாலோ, 50,000 யுவான் ரொக்க கடனே கிடைக்கும். 700 புள்ளிகளுக்கு மேல் என்றாலோ, எந்தவிதமான ஆவணமும் இல்லாமல் சிங்கப்பூர் சுற்றுலா செல்லலாம். 750 புள்ளிகள் என்றால், மதிப்புமிகுந்த ஐரோப்பிய சுற்றுலா செல்வதற்கான விசா பெறுவதில் முன்னுரிமை கிடைக்கும்.

அதிகம் புள்ளிகள் பெற்றிருப்பவர்களே அங்கே சூப்பர் ஸ்டார்கள். ஏற்கெனவே 1 லட்சம் பேர் தாங்கள் பெற்றிருக்கும் அதிகமான புள்ளிகளைக் காட்டி பீற்றிக்கொள்கிறார்கள். இவர்களுக்குத்தான் திருமணத்துக்கான பெண் உடனடியாக கிடைக்கிறது.

புள்ளிகள் குறைந்துபோனால் என்னாகும்? அவர்கள் அரசுக்கு நம்பகமானவர்கள் இல்லை, நேர்மையானவர்கள் இல்லை. அதனால், இணைய ஸ்பீடு குறைந்துபோகும். ஓட்டலில் தங்கும் அறை சுலபத்தில் கிடைக்காது. வாடகைக்கு இடம் கிடைக்காது. காப்பீட்டையோ, கடனையோ பெற திண்டாட வேண்டும். ஒருசில இடங்களில் வேலை கூட கொடுக்கமாட்டார்கள். தனியார் பள்ளிகளில் பிள்ளைகளுக்கு இடம் கிடைக்காது. ரயில் முன்பதிவு கிடைக்காது. வாடகை கார் கூட கிடைக்காது. அதாவது, அவர்கள் இரண்டாம் தர, மூன்றாம் தர குடிமக்கள்.

ஏற்கெனவே, சரியான முறையில் நடந்துகொள்ளவில்லை என்ற காரணத்தைக் காட்டி, 61.5 லட்சம் பேர்களுக்கு கடந்த நான்கு

ஆண்டுகளாக விமானப் பயணம் மறுக்கப்பட்டதாக சீனாவின் உச்ச நீதிமன்றம் தெரிவித்தது. அதேபோல் 16.5 லட்சம் பேர் ரயில்களில் பயணம் செய்யவும் தடைவிதிக்கப்பட்டுள்ளது.

மக்களின் அனுமதி இல்லாமலேயே உலகின் பல முன்னேறிய நாடுகளில் 'பிக் டேட்டாவை'க் கொண்டு மக்கள் வேவு பார்க்கப் படுகின்றனர். அங்கே சுதந்தரம் வேண்டாம், 'கீழ்ப்படிதல்' மட்டுமே வேண்டும். இந்தப் பின்னணியில், நம் நாட்டை யோசித்துப் பாருங்கள். மக்கள்சக்தி, ஜனநாயகத்தில் நான் வைத்திருக்கும் மதிப்பு புரியும்.

(30.10.2017)

27

ஐ.பி.ஓ தெரியும்; ஐ.சி.ஓ. தெரியுமா?

இந்தியாவில் இப்போது ஐ.பி.ஓ. மோகம் உச்சத்தில் இருக்கிறது. பங்குச் சந்தையின் 'கிடுகிடு' முன்னேற்றம் தந்த உத்வேகத்தில், புதிய பங்கு வெளியீடுகளில் சிறுமுதலீட்டாளர்கள் முதற்கொண்டு அனைவரும் ஆர்வம் காட்டி வருகின்றனர். புதிய பங்குகள், சந்தையில் பட்டியலிடப்படும் நாளில், நல்ல விலைக்கு விற்று, கொள்ளை லாபம் அள்ளிவிடலாம் என்பதே எதிர்பார்ப்பு. சத்த மில்லாமல் இன்னொரு பக்கம் வேறொரு விற்பனை அமோகமாக நடந்து வருகிறது. அதற்குப் பெயர் ஐ.சி.ஓ - இனிஷியல் காயின் ஆஃபரிங். அது என்ன?

புதிய பங்கு வெளியீடு மாதிரித்தான் புதிய காயின் வெளியீடும். பிட்காயின் பற்றி ஏற்கெனவே இந்தப் பகுதியில் விரிவாக எழுதப்பட்டதைப் படித்திருப்பீர்கள். அது மெய்நிகர் நாணயம். சமீபத்தில் பிட்காயின் ஒன்றின் விலை 7,000 டாலருக்கு மேல் விற்பனை ஆனது. இந்திய ரூபாயில், ஒரு பிட்காயின் விலை 4 லட்சம் ரூபாய்க்கு மேல்.

இத்தனைக்கும் செப்டம்பர் மாதம் தான், சீனாவில் மெய்நிகர் நாணயங்களுக்கு முழுமையான தடை விதிக்கப்பட்டது. அப்போது, சற்று விலைசரிந்த பிட்காயின், மீண்டும் படபடவென்று உயர்ந்து, அனைவருடைய பணத்தாசைக்கும் தூபம் போட்டுவிட்டது.

புதிய முதலீட்டாளர்கள் எங்கே போய் முதலீடு செய்வது? பிட்காயினது விலை ஏற்கெனவே உச்சத்தைத் தொட்ட நிலையில், அனைவருக்கும் வாசல் திறந்துவிட்டிருப்பது, ஐ.சி.ஓ.

ஏன் ஐ.சி.ஓ?

பிரபல நிறுவனங்கள் தங்களுடைய வளர்ச்சிக்கும் முன்னேற்றத்துக்கும் நிதி திரட்டுவதற்கு பங்குச் சந்தைகளுக்கு வருவார்கள். தங்கள் நிறுவனப் பங்குகளை பொதுமக்களுக்கும் பெரிய முதலீட்டாளர் களுக்கும் விற்பனை செய்வதன் மூலம், நிதி திரட்டுவார்கள். இதேபோன்றதுதான் ஐ.சி.ஓ.வும்.

அதாவது, உங்களிடம் ஒரு பிரமாதமான வணிகத் திட்டம் இருக்கிறது. பொதுமக்களுக்குப் பயன்படும் விதத்தில், இணையத்தில் ஒரு புதிய வசதியையோ, கருவியையோ, சேவையையோ உருவாக்கும் திட்டமிருக்கிறது. இதற்குப் பெருமளவில் முதலீடு தேவை. வழக்கமான முறையில் பணம் திரட்டுவது என்றால், முதலில் நீங்கள் ஒரு நிறுவனம் தொடங்கி, அதனை வெற்றிகரமாக நடத்தி, ஓரளவுக்கு லாபம் ஈட்டி, பின்னர் பங்குச் சந்தைக்கு வரவேண்டும். அதிலும் ஆயிரம் கட்டுப்பாடுகள். நெறிமுறைகள். இடைத்தரகர்கள்.

ஐ.சி.ஓ.வில் அப்படியெல்லாம் இல்லை. இங்கே எல்லாமே மெய்நிகர் தான். முதலில், நீங்கள் மேற்கொள்ள விரும்பும் திட்டத்தைப் பற்றி இணையத்தில் நிறைய எழுதவேண்டும். நீங்கள் யார், உங்களுடைய நம்பகத்தன்மை என்ன என்பதையும் தெரிவிக்க வேண்டும். கூடவே, உங்கள் திட்டத்தின் எதிர்கால பலன்கள் என்னென்ன என்பதைத் தெரிவிக்கவேண்டும்.

பின்னர், 2,500 சொற்களுக்குள் எளிமையாக, கூர்மையாக, அதேசமயம் தெளிவாக ஒரு 'வெள்ளை அறிக்கை' எழுதி வெளியிடவேண்டும். அதனை, மெய்நிகர் நாணய உலகில் உள்ள பெருசுகளுக்கு அனுப்பிவைக்கவேண்டும்.

அந்தத் திட்டத்தின் உண்மையான எதிர்காலப் பலனைக் கண்டு அனைவரும் பிரமித்துப் போவார்கள். இத்தகைய ஓர் திட்டத்துக்கு முதலீடு செய்ய பல இணைய பிரபலங்களும் விழுந்தடித்துக் கொண்டு ஓடிவருவார்கள்.

அவர்களுக்கு ஏதேனும் வழங்கவேண்டும் அல்லவா? பங்கு வெளியீட்டில், பங்குகள் வழங்கப்படுவதுபோல், இங்கே வழங்கப்படுவது டோக்கன். தொழில்நுட்ப வல்லுநர்களான நீங்களே பிளாக்செயின் தொழில்நுட்பத்தைப் பயன்படுத்தி, ஒரு தனி

டோக்கனை உருவாக்கவேண்டும். கூடவே எத்தனை டோக்கன்கள் உருவாக்கப்படுகின்றன என்பதையும் வரையறுத்துத் தெரிவிக்க வேண்டும். அதன் விலையை நிர்ணயிக்கவேண்டும். இதனை வாங்குவதற்கு கொடுக்கப்படவேண்டியது பிட்காயினா அல்லது இன்னொரு மெய்நிகர் நாணயமான ஈத்தரா (Ether) என்பதையும் தெரிவிக்கவேண்டும்.

ஐ.சி.ஓ. சமயத்தில் டோக்கனின் விலை குறைவாகவே இருக்கும். டோக்கனை விற்பனை செய்வதற்கான காலத்தைத் தேர்வு செய்யவேண்டும். போதிய பரபரப்பு இருந்தால்தான் டிமாண்ட் இருக்கும். பின்னர் அதனை விளம்பரப்படுத்தவேண்டும். அவ்வளவும்தான், இணைய ஆர்வலர்கள் வந்து நிதியைக் கொட்டி, டோக்கன்களை வாங்க, உங்கள் திட்டத்துக்கான மூலதனம் தயார்!

சட்டம் இல்லை, கட்டுப்பாட்டாளர் இல்லை, விரிவான அனுமதிகளோ, ஒப்புதல்களோ தேவையே இல்லை. இடைத்தரகர் கள் இல்லை. கேட்கவே ஆச்சரியமாக இல்லை! இதுதான் எல்லைகளற்ற, கட்டுப்பாடுகளற்ற இணைய ஜனநாயகத்தின் புதிய முயற்சி, புதிய நாணயம்.

இந்த முயற்சிகளுக்குக் கிடைத்துவரும் அபரிமிதமான வரவேற்பு தான், எல்லோரது புருவத்தையும் உயர்த்தியுள்ளது. இந்த ஆண்டு இதுவரை மட்டும் பல்வேறு ஐ.சி.ஓ.க்களின் மூலம் திரட்டப்பட்ட தொகை 3.2 பில்லியன் அமெரிக்க டாலர்கள் (20,705 கோடி ரூபாய்). 2016ல் திரட்டப்பட்ட தொகை 103 மில்லியன் டாலர்கள் தான் (666 கோடி ரூபாய்).

2013ல் முதல் ஐ.சி.ஓ.வான மாஸ்டர்காயின் வெளிவந்தது. கிட்டத்தட்ட ஒரு மாதம் வரை இதன் விற்பனை நடைபெற்றது. இப்போது ஒவ்வொரு நாளும் ஒரு ஐ.சி.ஓ. என்ற அளவுக்குப் புதுப் புது நாணயங்கள் மக்களிடம் பெரும் வரவேற்பைப் பெற்று வருகின்றன. அதுவும் வெளியான ஒருசில நொடிகளிலேயே அனைத்து டோக்கன்களும் விற்பனை ஆகிவிடுகின்றன.

ப்ரீ-ஐ.சி.ஓ. என்றொரு நடைமுறையும் இருக்கிறது. ஐ.சி.ஓ.க்கு வருவதற்கு முன்பே, அந்த நாணயத்தை வெளியிடுவதற்கு ஆகும் செலவுகளைச் சந்திக்க, ப்ரீ-ஐ.சி.ஓ. மூலம் டோக்கன்கள் விற்பனை செய்யப்படுவதும் உண்டு.

இவ்வளவு நிதி வந்து கொட்டுகிறதே, இதில் எத்தனை திட்டங்கள் முழுமை பெற்றுள்ளன? அங்கேதான் சிக்கலே. பல ஏமாற்றுப்

பேர்வழிகள் இங்கேயும் உண்டு. நிதியைத் திரட்டிய பலரும், அதற்கு மேல் தங்கள் குறிக்கோளையோ திட்டத்தையோ நிறைவேற்றுவதில்லை. அதேபோல், ஒரு ஐ.சி.ஓ.வில் அதிகபட்ச டோக்கன்களை அள்ளிக்கொள்ள முனையும் 'சுறா'க்களும் உண்டு. இவையெல்லாம் ஐ.சி.ஓ. வில் உள்ள குறைபாடுகள். இதற்கான மாற்றுவழிகளையும் கண்டுபிடித்துக்கொண்டு இருக்கிறார்கள்.

இவையெல்லாம் மெய்நிகர் நாணயங்கள் தானே, நிஜ உலகில் இவற்றுக்கு என்ன மதிப்பு இருக்கிறது என்று இனியும் அச்சம் கொள்ள வேண்டுமா என்பது தெரியவில்லை. பல மேலைநாட்டு அரசுகள், இவற்றை ஒழுங்குபடுத்துவதற்கான முயற்சிகளில் இறங்கியிருப்பதோடு, நிஜப் பொருளாதாரத்தோடு இவற்றை இணைப்பதற்கான வழிமுறைகளைக் காணவும் முயற்சிக்கின்றன.

தொழில்நுட்பம் வளர்ந்துவரும் வேகத்தில், இத்தகைய முயற்சிகளை முற்றிலும் புறமொதுக்கிவிட முடியாது.

(6.11.2017)

28

ஜி.எஸ்.டி : கனடா சொல்லித்தரும் பாடம்!

சரக்கு மற்றும் சேவை வரியின் (ஜி.எஸ்.டி.) 28 சதவீத அடுக்கிலிருந்த 178 பொருட்கள், 18 சதவீத அடுக்குக்கு மாற்றப் பட்டுள்ளன. இதேபோல், சிறு வர்த்தகர்களுக்கான இணக்க (காம்போசிட்) வரி செலுத்துவதற்கான உச்சவரம்பு உயர்த்தப் பட்டுள்ளது. இவையெல்லாம் பல்வேறு கேள்விகளை எழுப்பியுள்ளன. உதாரணமாக, ஏன் முதலில் அதிகபட்ச வரி அடுக்கில் இத்தனைப் பொருட்கள் கொண்டுபோய் வைக்கப் பட்டன? இப்போது அவற்றை ஏன் குறைக்கவேண்டும்? அதேபோல், பிற பொருட்களையும் வேறு வேறு அடுக்குகளில் மாற்றியமைப்பதும் வீண் சிரமம்தானே? இதையெல்லாம் முன்னுணர்ந்து அரசு திட்டமிட்டு இருக்கலாமே? சரியான வரி அடுக்கில் பொருட்களைப் பொருத்தியிருக்கலாமே?

இத்தகைய கேள்விகளில் நியாயமில்லாமல் இல்லை. ஆனால் ஓர் உண்மையை உணர்ந்துகொண்டுதான் மேலே போகவேண்டும். உலகில் ஜி.எஸ்.டி அமலில் உள்ள 160 நாடுகளிலும் இதுபோல் ஏதோவொரு குறை இருக்கவே செய்தது. முதலில், ஒருசில பொருட்களை ஓர் அடுக்கில் வைத்துவிட்டு, பின்னர் அதனால் ஏற்படக்கூடிய பல்வேறு சாதக பாதகங்கள் கண்டறியப் படுகின்றன.

வரி அதிகம் இருப்பதால், ஒருசில துறைகளிலேயே உற்பத்தி முடங்கிப் போகலாம். அதன்மூலம் வர்த்தகமும் வேலைவாய்ப்பு

களும் பறிபோகலாம். வணிகர்களின் தன்னம்பிக்கை நெருக்கடிக் குள்ளாகலாம். இவற்றை முன்னரே கணிக்க முடியாது என்பது தான் யதார்த்தம். ஜி.எஸ்.டி அமலில் உள்ள நாடுகள் அனைத்தும் படிப்படியாகவே இத்தகைய வரிச் சீர்திருத்தங்களை, மாற்றங் களைச் செய்திருக்கின்றன.

ஆனால், ஒரு முக்கிய விஷயம் கவனிக்கத்தக்கது. எவ்வளவு விரைவாக இத்தகைய மாற்றங்கள் மேற்கொள்ளப்பட்டன என்பதே கவனத்துக்குரியது. ஜூலை 2017 அமல்படுத்தப்பட்டதிலிருந்து தொடர்ச்சியாக, ஜி.எஸ்.டி கவுன்சில் அதன் நடைமுறைச் சிக்கல் களை அவதானித்து வருகிறது. வணிகர்கள், சிறு வர்த்தகர்கள், தொழில்துறையினர் ஆகிய அனைவரும் சந்திக்கும் இடர்களையும் சிரமங்களையும் காதுகொடுத்துக் கேட்கிறது.

உள்நாட்டு உற்பத்தி அளவில் ஜி.எஸ்.டி. ஏற்படுத்தும் பாதிப்பு களையும் அது கவனத்தில் எடுத்துக்கொள்கிறது. மேலும், வரிவிகிதங்கள் குறைக்கப்படும்போது, அதன் பலன் பொது மக்களைப் போய்ச் சேருகிறதா என்று பார்க்கிறது.

மாநில நிதி அமைச்சர்களும், மத்திய அரசின் அமைச்சரவை செயலாளர்களும் அவற்றைக் கணக்கில் எடுத்துக்கொண்டு, ஒவ்வொரு கவுன்சில் கூட்டத்திலும் ஒருசில சலுகைகளையோ, மாறுதல்களையோ முன்னேற்றங்களையோ செய்துவருகிறார்கள். மற்ற நாடுகளோடு ஒப்பிடும்போது, பொறுப்புணர்வோடும் விரைந்தும் மேற்கொள்ளப்பட்டு வரும் மாறுதல்களே இங்கே கவனத்தை ஈர்க்கிறது.

இத்தகைய சிரமங்களை நாம் மட்டுமே சந்திக்கவில்லை. நமக்கு முன்பு ஜி.எஸ்.டி.யை அமல்படுத்திய நாடுகளே நமக்கு வரலாற்றுப் பாடங்கள்.

1991ம் ஆண்டு, ஜனவரி 1ம் தேதி, கனடாவில் ஜி.எஸ்.டி. அமல்படுத்தப்பட்டது. அங்கே நம்மிடம் இருக்கும் மத்திய ஜி.எஸ்.டி., மாநில ஜி.எஸ்.டி. போன்றே ஜி.எஸ்.டி., ஹெச்.எஸ்.டி. என்று இரு விகிதங்கள் நடைமுறையில் உள்ளன. இதனை அங்கே அறிமுகப்படுத்திய பிரதமர் பிரெயின் முல்ரோனி என்பவர். அதற்குமுன்பு அங்கே நடைமுறையில் இருந்த உற்பத்தியாளர் விற்பனை வரி விகிதம் 13.5 சதவீதமாக இருந்தது. இதனை மாற்றியமைத்து, 7 சதவீத ஜி.எஸ்.டி.யை அறிமுகப் படுத்தினார். அதற்குள் கனடாவுக்குள் கடும் விமரிசனங்கள், எதிர்ப்புகள்.

1993ல் நடைபெற்ற பொதுத் தேர்தலில், அவரது கட்சியான பிராகிரசிவ் கன்சர்வேடிவ் பார்ட்டி மண்ணைக் கவ்வியது. முந்தைய தேர்தலில் 169 இடங்களில் வெற்றிபெற்று ஆட்சி அமைத்திருந்த கட்சி, 1993 தேர்தலில் இரண்டே இரண்டு இடங்களில் மட்டும் வெற்றி பெற்றது என்றால் பார்த்துக் கொள்ளுங்கள்.

அவ்வளவு எதிர்ப்பு. அவ்வளவு வெறுப்பு. இன்றைக்கும் ஜி.எஸ்.டி என்றால் முகஞ்சுளிக்காத வணிகர்கள் இல்லை. சொல்லப் போனால், கனடாவில் அடுத்தடுத்து வந்த பிரதமர்கள் ஜி.எஸ்.டி.யை ஒழித்துவிடுவோம் என்று வாக்குறுதி கொடுத்தே போட்டியிட்டனர். ஆனால், அவர்களால் அதனை ஒழிக்க முடியவில்லை. தவறாக வாக்குறுதி கொடுத்துவிட்டோம் என்று மன்னிப்பு கேட்டதுதான் மிச்சம்.

அவர்களால், ஜி.எஸ்.டி. வரிவிகிதத்தைத்தான் குறைக்க முடிந்தது. தற்போது கனடாவில் 5 சதவீத ஜி.எஸ்.டி வசூலிக்கப் படுகிறது. நம் நாட்டில் இருக்கும் ஐ.ஜி.எஸ்.டி. போன்றே அங்கே இருக்கும் ஒருங்கிணைந்த ஜி.எஸ்.டி.க்குப் பெயர், ஹெச்.எஸ்.டி. அது மாநிலத்துக்கு மாநிலம் வேறுபட்டாலும் தோராயமாக 15 சதவீதம் வரை உள்ளது.

தற்போதும் இதிலிருந்து விலக்குக் கேட்கும் தொழிற்பிரிவினர் இருக்கிறார்கள். அவர்களுடைய சேவையை மனத்தில் இருத்தி கனடா அரசாங்கம், ஜி.எஸ்.டி. வரியில் இருந்து விலக்கு அளிக்கவும் செய்கிறது. அதேபோல், ஊபர் கார் சேவைகளுக்கு ஜி.எஸ்.டி / ஹெச்.எஸ்.டி வரி விதிக்கப்படும், அதன்மூலம் பெரும் வரிவருவாய் உருவாகும் என்று அந்த நாட்டு நிதி அமைச்சர் தமது பட்ஜெட் உரையிலேயே குறிப்பிட்டுள்ளார்.

ஆக, ஜி.எஸ்.டிக்குள் பொருட்களை வேறுவேறு விகிதங்களுக்கு மாற்றுவதோ, வரிக்கட்டமைப்பில் இருந்து முற்றிலும் நீக்குவதோ புதிதல்ல. மேலும், மக்களுக்குச் சிரமம் தராமல் அதேசமயம், அரசின் வருவாய் அளவும் குறைந்துவிடாமல் சமச்சீரான அளவில் வைத்துக்கொள்வதும் ஒரு கலை.

கனடா முன்னாள் பிரதமர் பிரெயின் முல்ரோனி இன்று, தமது முயற்சியைக் கண்டு தாமே மகிழ்ச்சி கொள்கிறார். 'கனடாவின் பொருளாதாரம் வளர ஜி.எஸ்.டி உதவியுள்ளது. அரசாங்கத்துக்கு நிலையான வருமானத்தை ஏற்படுத்திக்கொடுத்துள்ளது. தனிநபர் மற்றும் நிறுவன வரிகளைக் குறைக்கவும் ஜி.எஸ்.டி

உதவியுள்ளதோடு, குறைந்த வருவாயுள்ள எளியமக்களுக்கு வரிச் சலுகைகள் பெறவும் வழிசெய்துள்ளது' என்று பேசியிருக்கிறார்.

ஜி.எஸ்.டி போன்ற மிகப்பெரும் முயற்சிகளை மிகத்துல்லியமாகத் திட்டமிட்டுச் செயல்படுத்துவது சிரமம். ஆனால், குறைகளும் சிக்கல்களும் வருத்தங்களும் தென்படும்போது அவற்றை உடனடியாக நிவர்த்தி செய்யும் முனைப்பும் வேகமும் கூருணர்வும் வேண்டும். ஜி.எஸ்.டி கவுன்சிலின் சுறுசுறுப்பு அதைத்தான் வெளிப்படுத்துகிறது.

இரண்டு விஷயங்கள் அவசியமானவை. ஜி.எஸ்.டியினால் விலைவாசிகள் உயர்ந்துவிடக் கூடாது. அது பொதுமக்களுக்குச் சிரமம். மறுபக்கம், உற்பத்தியும் பாதித்துவிடக்கூடாது. இதனால் வேலைவாய்ப்புக்கும் மொத்த உள்நாட்டு உற்பத்திக்கும் வளர்ச்சிக்குமே பாதிப்பு.

நுகர்வோர் முனையில் தாயாக அரவணைத்து, தொழில்துறையினர் முனையில் தனயனாக அக்கறை காட்டி நெறிப்படுத்துவதன் மூலம், அரசாங்கம் ஜி.எஸ்.டி.யை செம்மையாக நடைமுறைப் படுத்த முடியும்.

(11.11.2017)

29

சந்தைக்கு உண்டு சாதிக்கும் வலிமை

மத்திய அரசு 178 பொருட்களின் ஜி.எஸ்.டி. வரி விகிதத்தை, நவம்பர் 15ம் தேதி முதல், 18 சதவீதத்திலிருந்து 5 சதவீதமாகக் குறைத்தபோது, பெரும் எதிர்பார்ப்பு எழுந்தது. வரிக்குறைப்பின் பலன் பொதுமக்களுக்கு கைமாற்றப்படும்; அதன்மூலமாக, பல்வேறு முக்கியமான பொருட்களின் விலைகள் சடசடவென குறையும்; அது பொருளாதாரம் மேம்படவும் வேலைவாய்ப்புகள் பெருகவும் வழிசெய்யும் என்பது எதிர்பார்ப்பு. ஆனால், யதார்த்தம் முற்றிலும் வேறு.

ஒருசில பன்னாட்டு நுகர்பொருள் தயாரிப்பு நிறுவனங்கள் மட்டும் உடனே, வரிக் குறைப்பின் பலனை பொதுமக்களுக்கு வழங்க முன்வந்தன. அந்தப் பொருட்களில் ஜி.எஸ்.டி. என்று தனியே வரி வசூலிக்கப்படுவதில்லை. அது விற்பனை விலையில் சேர்க்கப் படுவதால், மொத்த / சில்லறை விற்பனையாளர்களிடம் விலை திருத்தத்தை வழங்கி, நடைமுறைப்படுத்தத் துவங்கிவிட்டன.

ஆனால், உண்மையான சோதனை, உணவகங்களில்தான் ஏற்பட்டது. 18 மற்றும் 12 சதவீதங்களில் இருந்த வரிகள் அனைத்தும் நீக்கப்பட்டு, எந்தவிதமான உணவகமாக இருந்தாலும் 5 சதவீத வரி வசூலித்தால் போதும் என்றது மத்திய அரசு. உணவகங்களும் நவம்பர் 15 முதல், வரியைச் செவ்வனே குறைத்துவிட்டன.

அப்படியானால், உணவுப் பொருட்களின் விலைகள் குறையும் என்றுதானே நினைப்பீர்கள்? இங்கேதான் ஆன்டி-கிளைமாக்ஸ்.

விலை குறையவில்லை. பழைய விலைக்கு அருகிலேயே விலைகள் உள்ளன. ஒருசில இடங்களில் கூடவும் செய்துவிட்டன. உணவுப் பொருட்களின் அடிப்படை விலையை உயர்த்திவிட்டன உணவகங்கள்.

வரிசையாக காரணங்கள்

ஜி.எஸ்.டி. கவுன்சில், உணவகங்களுக்கான வரியை 5 சதவீதமாக குறைத்தபோது, அவர்கள் உள்ளீட்டு வரியைக் கோரமுடியாது என்று சொல்லிவிட்டது. உள்ளீட்டு வரியின் மூலம் பெற்ற பலனை, உணவகங்கள், பொதுமக்களுக்கு கைமாற்ற மறுத்தன என்பதே இதற்குக் காரணம்.

விலை குறையாததற்கு, இப்போது, உள்ளீட்டு வரியையே உணவகங்கள் காரணமாகச் சொல்கின்றன. பெரிய நிறுவனங்களாக இருந்தால், சுமார் 10 - 12 சதவீதம் வரையும், சிறிய உணவகங்களாக இருந்தால், சுமார் 2 - 3 சதவீதம் வரையும் உள்ளீட்டு வரியினால், அவர்களுக்கு லாபம் கிடைத்துவந்தன. உள்ளீட்டு வரி நிறுத்தப் பட்டதால், தங்களுக்கு நஷ்டம் ஏற்பட்டுள்ளதாக கருதுகின்றன உணவகங்கள். மெக்டொனால்ட் போன்ற பெரிய நிறுவனங்களே இத்தகு விளக்கங்களைப் பொதுமக்கள் பார்வைக்கு வைத்துவிட்டன.

ஜி.எஸ்.டி. அமலுக்கு வந்த ஜூலை 2017 முதல், தங்கள் விற்பனையில் சுமார் 30 சதவீதம் வரை சரிவு ஏற்பட்டுள்ள நிலையில், உள்ளீட்டு வரியைக் கோர முடியாது என்பது இன்னொரு சவுக்கடி எனக் கருதுகின்றன உணவகங்கள்.

அவர்கள் பயன்படுத்தும் இடுபொருட்கள், சேவைகள் அனைத்திலும் ஏற்கெனவே ஜி.எஸ்.டி. இருக்கிறது. அதனால் ஏற்பட்டுள்ள கூடுதல் செலவினங்களை எங்கே போய் ஈடுகட்டுவது? அதைப் பொதுமக்கள் தலையில் சுமத்துவது ஒன்றே வழி. பணியாளர் சம்பளம், இடத்தின் வாடகை ஆகியவை தொடர்ந்து உயர்ந்துவரும் நிலையில், அவற்றைச் சமாளிக்கவும் விலையேற்றம்தான் ஒரே வழி.

உணவகங்கள் தரப்பில் சொல்லப்படும் இத்தகைய காரணங்கள், நியாயம் போல் தோன்றினாலும், வாடிக்கையாளர்கள் என்ற பாவப்பட்ட ஜீவன்கள், எங்கே தங்கள் தரப்பு நியாயத்தைச் சொல்வது? வெளியே சாப்பிட்டே தீரவேண்டிய கட்டாயத்தில் இருக்கும் 'நகர அகதிகள்' பெருகிவரும் நாடு இது. அவர்களுடைய மாதாந்திர பட்ஜெட்டில் விழும் பெரிய துண்டை யார் ஈடுகட்டுவார்கள்?

கொள்ளை லாபத்துக்கு எதிராக

இந்த நிலையில்தான், கொள்ளை லாபம் அடிப்போரைத் தட்டிக்கேட்க ஓர் அமைப்பை ஏற்படுத்தியுள்ளது மத்திய அரசு. 'நேஷனல் ஆன்டி பிராஃபிடீரிங் அதாரிட்டி' என்ற இந்த ஆணையம் அடுத்த இரண்டு ஆண்டுகளுக்கு இயங்கும். இதில் தெரிவிக்கப்படும் புகார்களின் அடிப்படையில் விசாரணை மேற்கொள்ளப்பட்டு, கொள்ளை லாபம் அடிக்கும் நிறுவனங்களின் ஜி.எஸ்.டி. பதிவையே ரத்துசெய்துவிடவும் முடியும்.

இந்த நடைமுறை பல அடுக்குகளைக் கொண்டதாக இருப்பதால், ஏராளமான கேள்வி. முதலில் எது லாபம், எது கொள்ளை லாபம்? இது துறைக்குத் துறை மாறுபடாதா?

மருந்து நிறுவனங்களில் கிடைக்கும் லாபம் அபரிமிதமானது என்று ஊருக்கே தெரியும். அதற்கான முயற்சி, மூலதனம், ஆய்வுகள், சோதனைகள், காப்புரிமைக் கட்டணம் என்று ஒரு மருந்து கண்டுபிடிக்கப்படுவதற்கு முன்பு செய்யப்படும் முதலீடு ஏராளம். அதன் இறுதியில்தான் ஒரு மாத்திரையோ டானிக்கோ சந்தைக்கு வரும். அங்கே கொடுக்கப்படும் விலை என்பது அந்த ஒரு மாத்திரைக்கு மட்டும் கொடுக்கப்படுவது அன்று, அதன் பின்னுள்ள அத்தனை முயற்சிகளுக்கும் மூளை உழைப்புக்கும் காத்திருத்தலுக்கும் சேர்த்தே வழங்கப்படுவது. கொள்ளை லாபம் என்று இதனை வரையறை செய்யமுடியுமா?

'சாதா பொங்கலு'க்கு மேல் இரண்டு முந்திரிப்பருப்பையும் பாதாம்பருப்பையும் போட்டுவிட்டு, அதனை 'ஸ்பெஷல் பொங்கல்' என்று விலை கூட்டினால், அது கொள்ளை லாபம் என்ற வரையறைக்குள் வருமா?

மேலும் தொழில் எதிரிகள் வேண்டுமென்றே, இந்த ஆணையத்தில், போட்டி நிறுவனங்களின் தயாரிப்புகள்மீது புகார்கள் கொடுத்து இம்சைப்படுத்தும் வாய்ப்பும் இருக்கிறது. இவற்றைக் கண்டுபிடிப்பது எப்படி? இதற்கான விடைகளை இந்த ஆணையம் தான் கண்டுபிடிக்கவேண்டும்.

மக்கள் பலமே மகத்தானது

அரசாங்கம் வழங்க விரும்பும் சலுகைகளை இடையிலுள்ள நிறுவனங்கள் கபளீகரம் செய்ய முனையும்போது என்ன செய்வது? இதற்குத் தீர்வு தான் என்ன?

மக்களாகிய நாம்தான் இதற்கான தீர்வை வழங்கப்போகிறோம். ஆம், போட்டியும், சந்தையும், ஆதரவுமே வணிகர்களின் கண்ணைத் திறக்கும்.

நீங்களும் நானும் வாங்கக்கூடிய விலையில், எங்கே தரமான பொருட்கள் கிடைக்கின்றனவோ, அதற்கு ஆதரவு தெரிவிக்க வேண்டும். பிறவற்றைப் புறக்கணிக்கவேண்டும். புறக்கணிப்பின் வலி, வணிகர்களுக்கும் தொழில்துறையினருக்கும் நன்கு புரியும். இதுதான் சந்தையின் வலிமை.

சந்தையைத் தீர்மானிப்பது வணிகர்கள் அல்ல, மக்களாகிய நாமே என்ற நம்பிக்கையோடு செயல்பட்டால், விலைகள் சரியும், சேவைகளின் தரம் உயரும். ஜி.எஸ்.டி.யின் பலன்கள் நம்மை வந்து சேரும்.

(20.11.2017)

30

ஓடத் தொடங்கிவிட்டதா ஜி.டி.பி. தேர்?

சென்ற ஏப்ரல் - ஜூன் காலாண்டின் முடிவில், ஜி.டி.பி. எனப் படும் இந்தியாவின் மொத்த உள்நாட்டு உற்பத்தி 5.7 சதவீத அளவுக்கே வளர்ந்தது என்ற செய்தி வெளியான போது, பங்குச் சந்தையில் மட்டுமல்ல, பொதுமக்கள் மத்தியிலும் லேசான அதிர்ச்சி. தற்போது, நவம்பர் 30ஆம் தேதி, ஜூலை - செப்டெம்பர் காலாண்டுக்கான ஜி.டி.பி. விகிதம் வெளிவரப் போகிறது. இப்போது நிலைமை என்ன?

வளர்ச்சி விகிதம் 6.2 - 6.3 சதவீதமாக இருக்கும் என்று எதிர் பார்ப்பதாகத் தெரிவித்துள்ளார் நிதி ஆயோக் துணைத் தலைவர் ராஜீவ் குமார். பொருளாதாரத் துறை செயலாளரான சுபாஷ் சந்திர கார்க், 'பொருளாதாரச் சரிவு முடிந்துவிட்டது, இனிமேல் உயர்வுதான்' என்று நம்பிக்கை தெரிவித்துள்ளார்.

இன்னொரு பக்கம், பல்வேறு சர்வதேச தரநிர்ணய நிறுவனங்கள் இந்தியாவின் ரேட்டிங்கை உயர்த்தவோ, அல்லது அப்படியே வைத்திருக்கவோ செய்திருக்கின்றன. எல்லோருமே பணமதிப் பிழப்பு, ஜி.எஸ்.டி, புதிய திவால் சட்டம் ஆகியவை எதிர் காலத்தில் பலன் அளிக்கப் போகின்றன, அதனால், வளர்ச்சிக்குப் பாதிப்பு இருக்காது என்று நம்பிக்கை வார்த்தை சொல்கிறார்கள்.

இவர்கள் சொல்வதைக் கேட்கும்போது மகிழ்ச்சியாக இருக்கிறது. சென்ற காலாண்டில் ஏற்பட்ட சரிவுக்குப் பல்வேறு காரணங்கள்

அலசப்பட்டுவிட்டன. அவற்றிலிருந்து நாம் மீண்டுவிட்டோமா என்பதைத் தெரிந்துகொள்வதில்தான் சுவாரசியமே இருக்கிறது.

ஜி.எஸ்.டி அமலாவதற்கு முன்பு, கையிலிருந்த சரக்குகளை விற்றுவிடும் பரபரப்பில் பல்வேறு நிறுவனங்கள் அப்போது இருந்தன. புதிய உற்பத்தி மேற்கொள்ளப்படவில்லை. ஜூலை முதல் ஜி.எஸ்.டி அமலான பிறகு, பல்வேறு துறைகளில் மீண்டும் உற்பத்தி தொடங்கியது. இதனால்தான், தொழிற்சாலை உற்பத்தி குறியீடு, பர்சேஸிங் மேனேஜர்கள் குறியீடு, ஏற்றுமதிகள் ஆகியவை ஏறுமுகம் காட்டியுள்ளன. மேலும், பண்டிகைக் காலம் கொஞ்சம் முன்னதாகவே தொடங்கியதால், விற்பனைகளும் அதற்கான உற்பத்தியும் ஆரம்பித்தன.

ஜி.டி.பி கணக்கிட்டின் ஓர் அலகாக இருப்பது மொத்த மதிப்புக் கூட்டல் (ஜி.வி.ஏ.). ஜூன் 2016ல் 7.6 சதவீதமாக இருந்த ஜி.வி.ஏ., செப்டெம்பர் 2016ல் 6.8 சதவீதமாக சரிந்தது. இந்தக் குறைவான அடித்தளத்தில் இருந்து ஜி.டி.பியைக் கணக்கிடும்போது, ஜூலை - செப்., 2017 காலாண்டின் வளர்ச்சி விகிதம் உயர்வதற்கான வாய்ப்பு உண்டு.

கவனிக்கவேண்டிய இரண்டு மூன்று அம்சங்களும் உள்ளன. முக்கியமாக, இந்தக் காலாண்டில் அரசின் முதலீடு ஏற்படுத்தி யுள்ள முன்னேற்றம் என்ன? சென்ற ஆண்டு இதே காலாண்டில், இந்திய அரசு செலவழித்த தொகை 5,15, 896 கோடி ரூபாயோடு ஒப்பிடும்போது, இந்த ஆண்டு அது செலவழித்துள்ளதோ 4,98, 456 கோடி ரூபாய்தான். இதேபோல் மூலதனச் செலவுகளும் சென்ற ஆண்டைவிடக் குறைவே. கடந்த மூன்றரை ஆண்டுகளில் முதன் முறையாக, ஜூலை - செப்., 2017 காலாண்டில் தான் இத்தகை செலவுச் சரிவு நடந்துள்ளது.

செப்டெம்பர் 2016ல் விவசாயத் துறையில் ஏற்பட்ட வளர்ச்சி 4.1 சதவீதம். இந்த ஆண்டோ, கரீஃப் பருவ விவசாயம் தள்ளாட்டம் கண்டுள்ளது. மேலும் பல மாநிலங்களில் நடந்த விவசாயிகளின் போராட்டங்கள் காரணமாக, விளைச்சல் எவ்வளவு தூரம் உயர்ந்துள்ளது என்று பார்க்க வேண்டும்.

இதைவிட முக்கியம், தனியார் துறை முதலீடுகள். ஜி.எஸ்.டி அமல்படுத்தப்பட்டபோது தேங்கிப் போன முதலீடுகள் மீண்டும் தொழில்துறைக்குள் வந்திருக்கின்றனவா? உற்பத்தி பெருகினவா என்று தெரியவேண்டும். ஜி.எஸ்.டியின் தாக்கத்திலிருந்து பெரிய கார்ப்பரேட் நிறுவனங்கள் மீண்டுவிட்டன. அதேபோல்,

அவற்றின் நம்பிக்கையும் பெருகியுள்ளன. மிகச் சிறு, சிறு, குறுந்தொழில் செய்வோர் மத்தியில் இன்னும் நம்பிக்கை பெருகவில்லை.

இந்தச் சூழ்நிலையில், செப்டெம்பர் மாதம், தொழில்முறை கணிப்பாளர்கள் மத்தியில் ஆர்.பி.ஐ. நடத்திய ஆய்வில் தெரிய வரும் விவரங்கள் இவை: விவசாயம் 3 சதவீதம் உயர, தொழில்துறை 4 சதவீதமாகவும், சேவைகள் 7.9 சதவீதமாகவும் வளரும். மொத்த மதிப்புக் கூட்டல் 6.2 சதவீதமாக இருக்க, மொத்த உள்நாட்டு உற்பத்தி 6.5 சதவீதமாக இருக்கலாம் என்பது கணிப்பு.

உற்பத்தி பக்கம் மட்டுமே பார்த்துக்கொண்டிருக்கிறோம், நுகர்வோர் பக்கம் என்ன ஆகியிருக்கிறது என்றும் கணிக்க வேண்டும். நுகர்வோர் மத்தியில், சந்தையில் செலவு செய்து, புதிய பொருட்களையோ, சேவைகளையோ பெறுவதற்கான நம்பிக்கை உயர்ந்திருக்கிறதா? அதையும் உள்ளடக்கியதே ஜி.டி.பி. கணக்கீடு.

சென்ற ஜூன் மாத காலாண்டில், 'வர்த்தகம், ஓட்டல்கள், போக்குவரத்து, கிடங்கு மற்றும் தொலைதொடர்பு' என்ற தொகுதி மட்டும் 11.1 சதவீத அளவுக்கு வளர்ந்திருந்தது. அதேபோன்ற வலுவான வளர்ச்சி மீண்டும் இந்தக் காலாண்டிலும் இருக்குமா? சரியுமா?

செப்டெம்பர் மாதம் எடுக்கப்பட்ட ஆர்.பி.ஐ.யின் நுகர்வோர் நம்பிக்கை குறியீடு சரிந்தே இருந்தது என்பதையும் தொழில்துறை எதிர்பார்ப்பில் தொய்வு இருந்தது என்பதையும் இதனோடு சேர்த்தே பார்க்கவேண்டும்.

இதையெல்லாம் கணக்கில் எடுத்துகொண்டு பார்க்கும்போது, மொத்த உள்நாட்டு உற்பத்தி, ஜூலை - செப்டெம்பர் காலாண்டில் 6 - 6.2 சதவீதம் வரை இருக்கலாம் என்பதே பொருளாதார நிபுணர்கள் கருத்து. இதே நிலை தொடருமானால், 2017-18 இரண்டாம் அரையாண்டில் ஜி.வி.ஏ., 7 சதவீதத்துக்கும் சற்றுக் கூடுதலாக இருக்கலாம் என்பதே எதிர்பார்ப்பு.

ஜி.டி.பி வளர்ச்சி அனைத்துத் துறையிலும் பிரதிபலித்திருக்குமா? வேலைவாய்ப்புகள் பெருகியிருக்குமா என்றெல்லாம் கேள்விகள் எழலாம். ஒவ்வொரு முறையும், வேறு வேறு துறைகள் விழித்தெழுந்து, வளர்ச்சிக்கு உந்துசக்தியாக இருந்துள்ளன. இந்த முறை அந்தப் பாரத்தைத் தோளில் சுமக்கும் துறை எதுவோ?

ஆனால், ஒரு விஷயம் உண்மை. ஜி.டி.பி. அளவு உயருமானால், மத்தியமர்கள், தொழில்செய்வோர், அரசு ஊழியர்கள் மத்தியில் கொஞ்சம் தைரியம் பிறக்கும். நாம் சரிவை நோக்கிப் போக வில்லை, தாக்குப் பிடித்துவிட்டோம் என்ற துணிச்சல் வரும். இந்த நம்பிக்கையே, அவர்களை மேன்மேலும் பொருட்களை வாங்கவும், அதன்மூலம் சந்தை விரிவடையயவும் வாய்ப்பளிக்கும். தனியார் முதலீடுகள் பெருக, இதுவே அடிப்படை.

சிக்கிக்கொண்டிருந்த ஜி.டி.பி தேர், மீண்டும் ஓடத் தொடங்கி விட்டதா என்பது நவம்பர் 30ம் தேதி தெரிந்துவிடும்.

(25.11.2017)

www.ingramcontent.com/pod-product-compliance
Lightning Source LLC
LaVergne TN
LVHW051552170726
843492LV00006B/2055